சூழ்ச்சிகளின் நிலம்

சூழ்ச்சிகளின் நிலம்

நூற்றாண்டுகளாகத் தீமைகளைச் சந்தித்த
ஆப்கானிஸ்தானின் அரசியல்

ஸர்மிளா ஸெய்யித்

எதிர்
வெளியீடு

சூழ்ச்சிகளின் நிலம்
ஸர்மிளா ஸெய்யித்

முதல் பதிப்பு: ஜூலை 2024

எதிர் வெளியீடு,
96, நியூ ஸ்கீம் ரோடு, பொள்ளாச்சி – 642 002
தொலைபேசி: 04259 – 226012, 99425 11302

விலை: ரூ. 200

CulccikaLin nilam
Sharmila Seyyid

First Edition: July 2024
Copyright © Sharmila Seyyid

Published by
Ethir Veliyeedu, 96, New Scheme Road, Pollachi – 2
email: ethirveliyedu@gmail.com
www.ethirveliyeedu.com

ISBN: 978-81-19576-54-8
Cover Design: Lark Bhaskaran
Printed at Jothy Enterprises, Chennai.

All rights reserved. No part of this book may be reprinted or reproduced or utilised in any form or by any electronic, mechanical or other means, now known or hereafter invented, including Photocopying and recording, or in any information storage or retrieval system, without permission in writing from the Publisher.

ஸர்மிளா ஸெய்யித் (பி.1982)

இலங்கையில் கிழக்கு மாகாணம் ஏறாவூரில் பிறந்தவர். சமூகப் பணித் துறையில் பட்டப் படிப்பையும் அரசியல் விஞ்ஞானத்தில் மேற்படிப்பையும் இதழியல், கல்வி முகாமைத்துவம், உளவியல் துறைகளிலும் பயின்றவர். பத்திரிகையாளராகப் பணியாற்றியவர். சமூகச் செயற்பாட்டாளர். ஆய்வாளர்.

இவரது முந்திய படைப்புகள், ‘சிறகு முளைத்த பெண்’ (கவிதைகள் 2012), ‘உம்மத்’ (நாவல் 2013), ‘ஓவ்வா’ (கவிதைகள் 2014), ‘பணிக்கர் பேத்தி’ (நாவல் 2018), ‘உயிர்த்த ஞாயிறு’ (அனுபவம் 2021), ‘அடங்க மறு’ (அனுபவம் 2022), ‘எங்கள் விருப்பத்திற்கு எதிராக’ (கட்டுரைகள் 2022), ‘மறுப்பும் உயிர்ப்பும்’ (கட்டுரைகள் 2022), ‘இருசி’ (சிறுகதைகள் 2022).

மின்னஞ்சல்: sharmilaseyyid@yahoo.com

உள்ளடக்கம்

சில சொற்கள்
மருதன்
09

பாகம் I
தி கிரேட் கேம்
13

பாகம் II
தாலிபான்கள்
71

துணை மூலாதாரங்கள்
128

பின்னுரை
131

சில சொற்கள்

'இருபதாம் நூற்றாண்டின் தொடக்கத்தில் பிரிட்டன் ஒரு மாபெரும் பாடத்தைக் கற்றுக் கொண்டது. அதே பாடத்தை 1980களின் இறுதியில் ரஷ்யா கற்றுக்கொள்ளவேண்டியிருந்தது. அந்தப் பாடம் இதுதான். ஆப்கானிஸ்தான் ஒரு சுதந்தரத் தேசம். ஆப்கன் மக்கள் சுதந்தரத்தை ஆராதிப்பவர்கள்!' புகழ்பெற்ற ஆப்கானிய-அமெரிக்கப் படைப்பாளரான காலித் ஹுசைனியின் நாவலொன்றில் இடம்பெறும் இந்த வசனம் பலவிதமான உணர்வுகளை நமக்குள் ஏற்படுத்துகிறது. அடுக்கடுக்காகப் பல கேள்விகளையும் எழுப்புகிறது.

சுதந்தரத்தை நேசிக்கும் ஒரு நிலத்தில் ஆறு போல் குருதி பாய்ந்துகொண்டிருப்பது ஏன்? அமைதியை விரும்பும் மக்கள் ஏன் மோதல்களையே தொடர்ந்து சந்தித்துக்கொண்டிருக்கவேண்டும்? 'கடவுளுக்கு ஆப்கன் மக்களை மிகவும் பிடிக்கும் போலிருக்கிறது. இல்லாவிட்டால் இவ்வளவு அழகாக அவர்களைப் படைத்திருப்பாரா?' என்று அலெக்சாண்டர் வியந்தாராம். பாரசீகத்தை ஆக்கிரமிக்கும் திட்டத்தின் ஒரு பகுதியாக இன்றைய ஆப்கானிஸ்தானையும் அவர் வென்றெடுக்கவேண்டியிருந்தது. ஆனால், அது அத்தனை சுலபமானதாக இல்லை. வீரஞ்செறிந்த எதிர்ப்புகளை அவர் ஆப்கன் மண்ணில் சந்திக்கவேண்டியிருந்தது. பின்னாள்களில் ஆங்கிலேயர்களும் ரஷ்யர்களும் அதே மண்ணில் மாபெரும் தோல்விகளைச் சந்திக்கவேண்டியிருந்தது.

வெல்லமுடியாத நிலம் என்னும் மாயத் தோற்றம் ஆப்கனுக்கு ஏற்பட்டது இப்படித்தான்.

ஆனால், இன்று நம் கண்முன் விரிந்திருக்கும் ஆப்கானிஸ்தானிடம் எந்த மாயத்தையும் நம்மால் பார்க்கமுடியவில்லை. அழகிய இடம்தான், ஐயமில்லை. ஆனால் துப்பாக்கிகளின் முன்பு அந்த அழகு மண்டியிட்டுத் தேங்கிக் கிடக்கிறது. பேரரசுகளைத் தோல்வியுறச் செய்த கோட்டையாக அல்ல, தோல்விகரமான ஒரு தேசமாக ஆப்கன் இன்று அஞ்சி, சுருங்கிக் கிடக்கிறது. இடிபாடுகளும் அழுகுரல்களும்தான் இன்று அத்தேசத்தின் அடையாளங்கள். அமைதியை நாடும் அழகிய மக்கள் தங்கள் கனவுகளையும் நம்பிக்கைகளையும் இழந்துகொண்டிருக்கிறார்கள். அவர்களுடைய எதிர்காலம் குழப்பமூட்டக்கூடியதாக, நிச்சயமற்றதாக மாறியிருக்கிறது. ஏன் இந்த அவல நிலை? எப்படி ஏற்பட்டது இந்த முரண்? இதற்கு யார் காரணம்?

15 ஆகஸ்ட் 2021 அன்று தாலிபன்கள் ஆப்கானிஸ்தானின் தலைநகரமான காபூலைக் கைப்பற்றியபோது அந்நிகழ்வை எப்படிப் புரிந்துகொள்வதெனும் குழப்பம் பலருக்கும் நேர்ந்தது. அந்தக் குழப்பத்தின் ஊடாகப் பலவிதமான அனுமானங்களை அவர்கள் முன்வைத்தனர். அமெரிக்காவின் மறைமுக ஆட்சியைத் தாலிபன் முடிவுக்குக் கொண்டு வந்துவிட்டதால் ஆப்கானிஸ்தான் விடுதலை பெற்ற தருணமாக இதைப் பார்க்கவேண்டும் என்றனர் சிலர். இல்லை, பயங்கரவாத அமைப்பான தாலிபனின் பிடிக்குள் ஆப்கானிஸ்தான் செல்வதைச் சீரழிவு என்றே எடுத்துக்கொள்ளவேண்டும் என்றனர் வேறு சிலர். அமெரிக்காவின் கரங்களிலிருந்து தாலிபனின் கரங்களுக்குத் தாவிச் சென்றிருக்கிறது என்பது தவிர்த்து வேறெதுவும் மாறவில்லை என்று சமநிலைப்படுத்த சிலர் முயன்றனர். ஆப்கானிஸ்தானுக்கு இந்நிலை ஏற்பட்டதற்குக் காரணம் ஆப்கானிஸ்தானேதான் என்றும் சிலர் நம்ப விரும்பினர். அமைதியான நாடாக ஆப்கன் இருந்திருந்தால் அமெரிக்கா உள்ளே புகுந்திருக்குமா? தாலிபனை ஆப்கன் மக்கள்தானே வளர்த்தெடுத்தார்கள்? அதற்கான விலையைத்தானே அவர்கள் செலுத்திக்கொண்டிருக்கிறார்கள்?

ஆப்கானிஸ்தான் இன்னமும் ஒரு புதிர் தேசமாகப் பலருக்கு நீடிப்பதையே இத்தகைய அனுமானங்கள் உணர்த்துகின்றன. எங்கே புரிதல் இல்லையோ அங்கே குழப்பமும் மயக்கமும் பல்கிப் பெருகும். அருகிலுள்ள இந்தியர்கள் தொடங்கி

அமெரிக்கர்கள்வரை பலராலும் புரிந்துகொள்ளமுடியாத, அணுகக்கூட இயலாத ஒரு பெருஞ்சிக்கலாக ஆப்கானிஸ்தான் நீடிப்பதால்தான் பல முரணான, தவறான அனுமானங்கள் வளர்ந்து செழிக்கின்றன.

ஸர்மிளா ஸெய்யித்தின் இந்நூல் இப்பெருங்குறையை மனத்தில் கொண்டு எழுதப்பட்டுள்ளது. ஆப்கானிஸ்தானின் அரசியல் வரலாற்றைப் பருந்துப் பார்வையில் விவரிக்கும் இந்நூல் அந்நாடு இன்று எதிர்கொண்டிருக்கும் பிரச்சினைகளின் மூலவேர்களைத் தேடி ஆழமான பயணத்தை மேற்கொள்கிறது. ஆப்கானிஸ்தான் ஏன் ஒரு வேட்டைக்காடாக மாறியிருக்கிறது என்பதைப் புரிந்துகொள்ளவேண்டுமானால் அதன் புவிசார் அரசியலை நாம் அறிந்துகொள்ளவேண்டும். அதற்கு இந்நூல் பெரிதும் உதவும்.

தீவிர அரசியலும் தீவிர மதவாதமும் ஒன்றையொன்று தழுவிக்கொள்ளும் தனித்துவமான களமாக ஆப்கானிஸ்தான் திகழ்கிறது. வஹாபிசம் தொடங்கி கம்யூனிசம்வரை பலவிதமான கோட்பாடுகள் அந்நிலத்தில் பரிசோதிக்கப்பட்டிருக்கின்றன. சுதந்தரத்தைக் கொண்டுவருகிறோம், மக்களை விடுவிக்கிறோம் என்று சொல்லிக்கொண்டு உள்ளே நுழைந்தவர்கள் மக்களின் துயரத்தை அதிகப்படுத்தியதைத் தவிர வேறெதையும் சாதிக்கவில்லை. உள்ளூர் போராளிகள் முதல் உலகப் பெரும் சக்திகள்வரை ஒருவராலும் மக்களை அழிவிலிருந்து மீட்கமுடியவில்லை. மாறாக, அவர்களுடைய முயற்சிகள் அழிவைத் துரிதப்படுத்துவதில்தான் சென்று முடிந்திருக்கின்றன. இப்படியோர் அவலம் ஏன் அம்மக்களுக்கு நேர்ந்தது என்பதை ஸர்மிளா இந்நூலில் தெளிவாக உணர்த்துகிறார்.

இஸ்லாத்தைப் பயங்கரவாதத்தோடு மட்டும் இணைத்துப் புரிந்துகொள்ள விரும்புபவர்களுக்கு இந்நூல் சில புதிய திறப்புகளை அளிக்கக்கூடும். தாலிபன்கள் குறித்தும் முஜாஹிதீன்கள் குறித்தும் நாம் வளர்த்து வைத்திருக்கும் சில பொதுக்கருத்துகளை இந்நூல் மாற்றியமைக்கும். அமெரிக்கா குறித்தும் மேற்குலகம் குறித்தும் நாம் கொண்டிருக்கும் சில கனவுகள் இனி கலைந்துபோகலாம். இவையெல்லாம் படிப்படியாக நிகழும்போது, ஆப்கானிஸ்தானை நாம் புதிய கண்களைக் கொண்டு அணுகமுடியும். திறந்த மனதோடு புரிந்துகொள்ள முடியும். பரிவோடு மட்டுமல்ல வியப்போடும் நம்பிக்கையோடும் அம்மக்களின் வாழ்வையும் போராட்டங்களையும் விளங்கிக்கொள்ளமுடியும்.

நிகழ்வுகள் விரிந்துகொண்டிருக்கும்போதே கடந்த காலத்தோடு அவற்றைத் தக்கமுறையில் தொடர்புப்படுத்தி நேர்த்தியாக இதனை எழுதியிருக்கிறார் ஸர்மிளா. நூல்களையும் செய்திக் கட்டுரைகளையும் கடந்து களத்திலிருந்தும் நேரடித் தரவுகளைப் பெற்றிருக்கிறார். அனைத்தையும் நிதானமாகச் சீர்தூக்கிப் பார்த்து அலசியிருக்கிறார். சமகால அரசியல் நிகழ்வுகளில் ஆர்வமுள்ளவர்கள் அவசியம் வாசிக்கவேண்டிய நூல் இது.

மருதன்
29 ஜூன் 2023

பாகம் I

தி கிரேட் கேம்

01

ஆப்கானிஸ்தான் ஆரம்பத்தில் இருந்தே வெளிநாட்டுப் படைகளால் ஆக்கிரமிக்கப்பட்ட ஒரு நிலப்பரப்பு. ஆசியாவின் மத்தியில் இந்திய துணைக்கண்டத்திலும் ஈரான், ரஷ்யா, சீனா முதலான நாடுகளை அண்டை நாடுகளாகக் கொண்ட அமைவிடம் காரணமாகவும் ஆப்கானிஸ்தான் புவியியல் முக்கியத்துவத்தைப் பெறுகின்றது.

பல நூற்றாண்டுகளாகப் பெரும்பாலும் மக்களுக்குத் தீங்கு விளைவிக்கும் அரசியல் நிகழ்ச்சி நிரல்களின் சூழ்ச்சிகளைச் சந்தித்த ஒரு நாடு. இரண்டு நூற்றாண்டுகளாக அது ரஷ்யாவிற்கும் பிரிட்டிஷ் சாம்ராஜ்யத்திற்கும் இடையேயான தவறான வரிசையில் இருந்தது. இங்கிலாந்து, ரஷ்யா முதலான நாடுகள் தங்கள் பலப்பரீட்சைகளைச் சோதிப்பதற்கான ஒரு களமாக ஆப்கானிஸ்தானை உபயோகித்தன. ஆப்கானிஸ்தானை மையமாகக் கொண்டு இவ்விரு நாடுகளுக்கும் வெவ்வேறு சித்தப் பிரம்மையான லட்சியங்கள் இருந்தன. ஆப்கானிஸ்தானின் சூடான நீர்த் துறைமுகங்கள், கனிமங்களை உறிஞ்சுவதை விடவும் பெருங் கனவொன்று இவ்விரு நாடுகளுக்கும் இருந்தது. அது இந்நாட்டின் புவியியல் முக்கியத்துவம். இந்த நிலப்பரப்பைத் தங்கள் நேரடிக் கட்டுப்பாட்டில் வைத்திருப்பதன் வழியாக ஆசிய, தெற்காசிய நாடுகளுக்குள் ஊடுறுவல்களை நிகழ்த்தமுடியுமென இவ்விரு நாடுகளும் நம்பின.

1747 முதல் 1973 வரை முடியாட்சி முறைமை கொண்ட நாடாகவே ஆப்கானிஸ்தான் இருந்தது. ஐரோப்பாவுக்கும் ஆசியாவுக்கும் மையப் புள்ளியாகப்

பூகோளத்தில் அமைந்துவிட்ட காரணத்தினால் பல நாடுகளினது தொடர்ச்சியான ஆக்கிரமிப்புகளையும் போர்களையும் இந்நிலப்பரப்பு சந்திக்க நேர்ந்தது. ஆரியர், (Indo-Iranians: Indo-Aryans, Mede) பாரசீகர், கிரேக்கர், மௌரியர்கள், குசானர்கள், எப்தலைட்டுகள் (Mauryans, Kushans, Hepthalites), அரேபியர், மொங்கோலியர் போன்றவர்களாலும், துருக்கி, பிரித்தானியா, சோவியத் ஒன்றியம் ஆகிய நாடுகளாலும் ஆக்கிரமிக்கப்பட்டது. இந்த நீண்ட வரிசையில் மிக அண்மைக் காலத்தில் ஐக்கிய அமெரிக்காவினாலும் ஆப்கானிஸ்தான் ஆக்கிரமிப்புக்கு உள்ளானது.

முதல் ஆங்கிலோ-ஆப்கான் போர் (1838-48), ஆங்கிலேயர்களால் ஆப்கானிஸ்தானில் நிகழ்த்தப்பட்ட பேரழிவு. பிரித்தானியப் பேரரசுக்கும் ஆப்கானிஸ்தான் எமிரேட்ஸ்க்குமிடையில் இடம்பெற்ற இந்தப் போர் ஒரு தசாப்தகாலம் நீடித்தது. அக்காலத்தில் பராக்ஸாய், துரானி ஆகிய இனக்குழுக்களுக்கிடையில் உருவான பிளவுகளில் சாதுரியமாக நுழைந்த பிரித்தானியா 1839இல் காபூலைக் கைப்பற்றியது.

1878 முதல் 1880 வரை இடம்பெற்ற இரண்டாவது ஆங்கிலோ-ஆப்கான் போர் பிரித்தானியப் பேரரசுக்கும் ஆப்கானிஸ்தான் எமிரேட்ஸ்குமிடையேயான இராணுவ மோதலாகவும், பிரித்தானியாவுக்கும் ரஷ்ய பேரரசுகளுக்குமிடையேயான பெரும் விளையாட்டின் ஒரு பகுதியாகவும் இருந்தது. இந்தப் போரிலும் ஆங்கிலேயர்கள் விரைவாக வெற்றிபெற்றார்கள்.

இரண்டாம் ஆங்கிலோ-ஆப்கான் போரின் முதல் கட்டத்தை அதிகாரப் பூர்வமாக முடிவுக்குக் கொண்டுவர 1879 மே 26 கந்தமக் ஒப்பந்தம் கையெழுத்தானது. ஆனாலும், எதிர்பார்த்ததுபோல இந்த ஒப்பந்தம் போரை முடிவுக்குக் கொண்டுவரவில்லை. பிரித்தானியர்கள் நியமிக்கும் தலைவர்களை ஒட்டுமொத்த ஆப்கான் இனக்குழுக்களும் ஏற்கவில்லை. அங்கங்கு போராட்டங்கள் தொடர்ந்து இடம்பெற்றபடியே இருந்தன.

பிரித்தானியப் பேரரசின் படைகளை எதிர்த்துப் போராட ஆப்கான் படைகளுக்கு ரஷ்யா உதவியது. ஆனால், குறி வேறாக இருந்தது. ஆப்கான் நிலப்பரப்பைக் கட்டுப்படுத்த விரும்பிய ரஷ்யாவினதும் பிரித்தானியாவினதும் மறைமுக இலக்காக இருந்தது ஒட்டமான் பேரரசின் தலைநகராக இருந்த கான்ஸ்டான்டினோப்பிளைக் கைப்பற்றுவது. ஆப்கானிஸ்தானின்

அமைவிடம் துருக்கியின் தலைநகரைக் கைப்பற்றுவதற்குத் துணைபுரியும் என்று இவ்விரு நாடுகளும் நம்பின. ஆனால் விளைவுகள் ஆப்கான் மக்களுக்கு எதிர்மறையாக இருந்தன. பிரித்தானியப் பேரரசு காபூலை எடுத்துக்கொண்டது. இரண்டாம் ஆங்கிலோ-ஆப்கான் போரின் முக்கிய நிகழ்ச்சியாக 1890களில் எல்லைகள் நிர்ணயம் செய்யப்பட்டன. இந்த எல்லை நிர்ணயம் பஷ்டூன் சமூகத்தைப் பிளவுபடுத்தி, ஆப்கானிஸ்தானை இரண்டு பகுதிகளாகத் துண்டித்தது.

முதல் உலகப் போரின்போது ஆப்கானிஸ்தான் நடுநிலை வகித்தது. பிரித்தானியாவிற்கும் ரஷ்யாவிற்கும் எதிராகக் கூட்டணி சேர்ந்த ஜெர்மன்-ஆஸ்திரிய-துருக்கிய நாடுகளுக்கும் விசுவாசத்தைக் காண்பிக்க முயன்றது. இந்திய சுதந்திரப் போராட்டம் காரணமாகக் கிழக்கிந்தியாவில் பிரித்தானியா பலவீனமடைவதை உணர்ந்த ஆப்கானிஸ்தான் 1919இல் மூன்றாவது ஆங்கிலோ - ஆப்கானிஸ்தான் போரை ஒரு எல்லை ஊடுருவலுடன் கைபர் கணவாயில் நடத்தியது. ஒப்பீட்டளவில் குறுகிய மோதல். இதே காலப் பகுதியில் ராவல்பிண்டி ஒப்பந்தம் போரை முடிவுக்குக் கொண்டுவந்தது.

மூன்றாவது ஆங்கிலோ-ஆப்கான் போரில் நவீன ஆப்கானிஸ்தானிற்கான உண்மையான உருவகம் வடிவம் பெற்றது எனலாம்.

ஆகஸ்ட் 19, 1919 அன்று ஆப்கானிஸ்தான் சுதந்திரம் பெற்றது. அமனுல்லா கான் அரசராக அரியணை ஏறினார். பிரிட்டிஷ் ஆதிக்கத்திலிருந்து சுதந்திரம் பெற்ற ஆப்கானிஸ்தான் வெளிநாட்டு விவகாரங்களில் பூரண சுதந்திரம் பெற்றது. அப்போது ரஷ்யாவின் தலைவராக இருந்த விளாமிடிர் லெனின், சோவியத் தூதுக் குழுவை செப்டம்பர் 1919இல் காபூலுக்கு அனுப்பிவைத்தார்.

இராஜ தந்திர நிகழ்ச்சி நிரல்கள் அதிலிருந்து தொடங்கின. 1921இல் இரு நாடுகளும் நட்பு ஒப்பந்தத்தில் கையெழுத்திட்டன. ஆப்கானிஸ்தானின் விவகாரங்களில் சோவியத் ஈடுபடத் தொடங்கியது.

இது, ஏகாதிபத்திய மேற்கத்திய நாடுகளுக்கு எதிரான ஆப்கானிஸ்தானின் தேசியக் கதையின் முதல் பாகம்.

02

ஆப்கானிஸ்தானின் நவீன அரசியல் வரலாறு எனக் கருதப்படும் காலம் 1933களிலிருந்து தொடங்குகிறது. இந்த ஆண்டு நவம்பர் 8 மன்னர் நாதிர் ஷா படுகொலை மிக முக்கியமானதொரு வரலாற்று நிகழ்வு. இவரைக் கொலை செய்தது ஹசாரா மாணவர்கள். இந்தக் கொலையானது, ஆப்கானிஸ்தான் நாட்டில் சிறுபான்மை இனமான ஹசாரா இனக்குழுவின் அதிருப்தியையும் அவர்கள் ஆட்சி அதிகாரங்களில் புறக்கணிக்கப்பட்டதையும் வெளிப்படுத்தியது.

ஆப்கானிஸ்தானின் அரசியல் எப்போதும் பஷ்டூன் இனத்தவராலே ஆதிக்கம் செலுத்தப்படுகிறது. பஷ்டூன்கள் மக்கள்தொகையில் மூன்றில் ஒரு பங்கைக் கொண்டுள்ளனர். ஷியா பிரிவைச் சேர்ந்த பஷ்டூன் துரி பழங்குடியினரைத் தவிர, பஷ்டூன்கள் சுன்னி முஸ்லிம்கள்.

ஆப்கானிஸ்தானின் இன ரீதியான நம்பகமான தற்போதைய தரவுகள் இல்லை. இருப்பினும் கணக்கெடுப்புகள் மக்கள்தொகையின் சில தோராயமான மதிப்பீடுகளைச் சுட்டிக்காட்டுகின்றன. எவ்வாறாயினும், முந்தைய மதிப்பீடுகள் மக்கள்தொகையை பஷ்டூன் 42 சதவீதம், தாஜிக் 27 சதவீதம், ஹசாரா 9 சதவீதம், உஸ்பெக் 9 சதவீதம், துர்க்மேன் 3 சதவீதம், பலுச்சி 2 சதவிகிதம், பிற குழுக்கள் மீதமுள்ள 8 சதவிகிதம் என்பதாக மதிப்பிடப்படுகின்றது. இந்த இனக் குழுக்களில் பெருந்தொகையான மக்கள் ஷியா, சுன்னி முஸ்லிம்கள். மிகக் குறைந்த அளவில் சீக்கியர்கள், இந்துக்கள், கிறிஸ்தவர்களும் அடங்குவர்.

பல பழங்குடியினர் குலங்கள், சிறிய குழுக்களாகப் பிரிக்கப்பட்டு ஆப்கானிஸ்தான் இன்னும்கூட ஒரு பழங்குடி சமூகமாகவே உள்ளது. இன, கலாச்சார வேறுபாடுகளுக்கு நிலப்பரப்புகளினதும், அப்பகுதிகளின் பண்பாடுகள், விழுமியங்கள், காலநிலைகளினதும் மாறுபாடு கணிசமான பங்களிப்பைச் செலுத்துகின்றன. உயர்ந்த மலைத் தொடர்கள், தானிய வயல்கள், சமவெளிகள், பாலைவனங்களால் நாட்டின் நிலப்பரப்பு பன்முகம் பெறுகின்றது.

நாட்டின் மக்கள்தொகை பல தேசியச் சிறுபான்மையினரின் இருப்புடன் அதன் இருப்பிடத்தைப் பிரதிபலிக்கிறது.

முக்கிய இனக்குழுக்கள் நாடு முழுவதும் சிதறிக்கிடக்கின்றன: பெரும்பான்மைக் குழுவான பஷ்டூன்கள் முக்கியமாகத் தெற்கிலும் தென்கிழக்கிலும் குவிந்துள்ளனர். என்றாலும் மாநிலம் முழுவதும் வாழ்கின்றனர். தாஜிக்கர்கள் முக்கியமாக வடக்கு, வடகிழக்கு, காபூல் பகுதியில் வாழ்கின்றனர். ஹசாராக்கள் மையத்திலும் (ஹசராஜத்) காபூலிலும் வாழ்கின்றனர்; வடக்கில் உஸ்பெக்ஸ்; மேற்கில் அய்மாக்; வடமேற்கில் துர்க்மென்ஸ்; மேற்கிலும் தென்மேற்கிலும் பலுச்சிகள்; கிழக்கில் நூரிஸ்தானிஸ்.

இவ்வாறு பல இனங்களாலும் பழைமைவாதச் சிந்தனைகளாலும் பிளவுண்டிருந்த ஒரு தேசம் தங்களைப் பற்றிச் சிந்திப்பதற்கான இடைவேளையைக் கூடப் பெறமுடியாதபடி தொடர்ச்சியான ஆக்கிரமிப்புச் சவால்களை எதிர்கொள்ள நேரிட்டது.

பிரித்தானியப் பேரரசினால் பேரழிவுக்கு உள்ளாகியிருந்த ஆப்கான் நாட்டின் சுதந்திரம் முழுமையான சுதந்திரமாக இருக்கவில்லை. அது மீண்டும் ரஷ்யாவின் பிடியில் விழுந்தது. ஆப்கான் நாட்டில் நடந்த போர்களின் வரிசையில் சோவியத்தினால் அந்நாட்டில் நிகழ்ந்த பிளவுகள் குறித்து அதிக கவனயீர்ப்பு இல்லாதிருப்பது ஆச்சரியமளிக்கின்றது. பெரும்பாலான விமர்சகர்கள் ஆப்கானின் அரசியலை அமெரிக்காவின் படையெடுப்பிலிருந்தே நோக்குகின்றனர். ஆப்கானிஸ்தானின் அமெரிக்காவுடனான ராஜதந்திர உறவுகள் 1922இல் தொடங்கியிருந்தபோதும், 1941இல் பேர்ல் துறைமுகத்தை ஜப்பான் தாக்கும்வரை - ஆப்கானிஸ்தான் மீது அமெரிக்கா ஆர்வமற்ற ஒரு நாடாகவே இருந்தது.

1991இல் சோவியத் யூனியனின் சரிவு நூற்றாண்டின் மிகப்பெரிய வரலாற்று நிகழ்வுகளில் ஒன்று. ரோமானிய சாம்ராஜ்யத்தைப் போலவே, சோவியத் ஒன்றியத்தின் முறிவும் சில உள், வெளிநாட்டுக் காரணிகளால் ஏற்பட்டது. ரோமானியப் பேரரசு போலல்லாமல், சோவியத் பேரரசு திடீரெனச் சரிந்தது. பெரும்பாலான அறிஞர்களை ஆச்சரியப்படுத்தும் சோவியத் யூனியனின் முறிவுக்கு கோர்பச்சேவின் தலைமைத்துவமும் அமைப்பு ரீதியான காரணிகளுமே பிரதானம் என அரசியல் குறிப்புகள் குறிப்பிடுகின்றன. இந்தக் குறிப்புகள் ஆப்கானிஸ்தானில் நடந்த போரின் முக்கியப் பங்களிப்பில் கவனம் செலுத்தவில்லை. சாம்ராஜ்ய முறிவுகளும் ஆட்சி மாற்றங்களுமே போருக்கான முக்கியமான காரணிகளென்று கருதுகின்றவர்களில் பலர், சோவியத் யூனியனின் முறிவுக்கு ஆப்கானிஸ்தானில் நடந்த

போர் ஒரு முக்கியக் காரணியாக இருந்தது என்ற வாதத்தை மறந்துவிடுகின்றனர்.

ஆப்கானில் ரஷ்யாவின் போர் சோவியத் அரசியலை நான்கு வலுவான வழிகளில் பாதித்தது:

(1) ***கருத்து விளைவுகள்:*** இது பேரரசாக இருந்துகொண்டு வெளிநாடுகளில் தலையிடுவதற்கு இராணுவத்தைப் பயன்படுத்துவதன் செயல்திறன் பற்றிய தலைவர்களின் கருத்துகளை மாற்றியது;

(2) ***இராணுவ விளைவுகள்:*** இது செம்படையைக் கேவலப்படுத்தியது. கட்சிக்கும் இராணுவத்திற்கும் இடையில் பிளவை உருவாக்கியது. செம்படை இராணுவம் வெல்லமுடியாதது என்பதாக நிரூபித்தது;

(3) ***சட்டப்பூர்வமான விளைவுகள்:*** ஆப்கானிஸ்தானுக்கு எதிராக அந்நாட்டவர்கள் அல்லாதவர்கள் நடத்திய ரஷ்யப் போராகக் கருதியதால், சுதந்திரம் கோருவதற்கான பொதுவான காரணத்தை இது வழங்கியது;

(4) ***பங்கேற்பு விளைவுகள்:*** இது அரசியல் பங்கேற்பின் புதிய வடிவங்களை உருவாக்கியது, கிளாஸ்னோஸ்டுக்கு முன்பு பத்திரிகை/ஊடகத்தை மாற்றத் தொடங்கியது. குறிப்பிடத்தக்க சிவில் அமைப்புகளை உருவாக்கியது.

ஆப்கானிஸ்தானில் புதிய சிவில் அமைப்புகள் பல தோற்றம் பெற்றது இக்காலப் பகுதியிலேயே நடந்தது. பழமைவாதக் குடிகளும் இனக் குழுக்களும் கம்யூனிஸ்ட் கட்சியின் மேலாதிக்கத்தை விரும்பவில்லை. எதிர்த்துச் செயற்படுவதற்கான அமைப்புகள் தோற்றம் பெற்றன.

சோவியத் அரசாங்கத்தினால் எடுக்கப்பட்ட மிக மோசமாக முடிவுகளால் நிகழ்ந்த ஆப்கானிஸ்தான் மீதான படையெடுப்பு சோவியத்தின் வீழ்ச்சிக்கான காரணங்களில் ஒன்றாக மட்டுமிருக்கவில்லை. மேலாக, ஆப்கானிஸ்தானைச் சிதைத்தது. ரஷ்யாவிற்கு எதிராக மூன்றாம் உலகின் அணுகுமுறையில் பெரும் தாக்கத்தையும் அது ஏற்படுத்தியது. பல ஆண்டுகளாக சோவியத்துகள் வளரும் நாடுகளைத் தங்கள் சுதந்திரத்தைப் பராமரிக்க ஆதரிப்பதாகப் போதிக்கின்றனர். இருப்பினும், சோவியத் ஒன்றியம் ஆப்கானிஸ்தானை ஆக்கிரமித்தபோது,

ரஷ்யா நம்பகமான நட்பு நாடு அல்ல என்பதை மக்கள் விரைவில் கண்டறிந்தனர். சோவியத்துகள் ஆப்கானிஸ்தானை ஆக்கிரமித்த அதே வழியில் அவர்கள் எந்த நாட்டையும் ஆக்கிரமிக்க முடியும். ஆப்கானிஸ்தானின் ஆக்கிரமிப்பு சோவியத் குடியரசுகளுக்கும் சோவியத் அரசாங்கத்திற்கும் இடையில் மீளமுடியாத உள் மோதல்களை ஏற்படுத்தியது. சோவியத் அரசின் கம்யூனிஸ்ட் கட்சியின் பொதுச்செயலாளராகப் பதவி வகித்த மிகைல் கோர்பச்சேவ், ஆப்கானிஸ்தானிலிருந்து செம்படை வெளியேற உத்தரவிடும் நிலைப்பாட்டை எடுத்தபோது படையெடுப்புக்கான பொருளாதார, இராணுவ வளங்கள் வடிகட்டப்பட்டிருந்தன. ஆப்கான் மக்களுக்கு அன்பளிப்பாக உள்நாட்டு மோதல், இராணுவ மோதல், பொருளாதார நெருக்கடி, நிலையற்ற அரசியல் பிரக்ஞை என்பவற்றை ரஷ்யா விட்டுச் சென்றது.

ஆப்கானிஸ்தானில் சோவியத் துருப்புகளின் ஆக்கிரமிப்பு என்பது நீண்டதும் துயரமானதுமான வரலாற்றுப் பக்கங்களைக் கொண்டிருக்கிறது. இதன் தாக்கம் வெளியிலிருந்து கவனிப்பதைவிடவும் ஆழமானது. பாரசீக வளைகுடாவின் கனிமங்களை ஆக்கிரமிப்பதற்கான ஒரு நுழைவாயிலாக ஆப்கானிஸ்தானைப் பயன்படுத்துவது மட்டுமே சோவியத்தின் நோக்கம். ஆனால், சோவியத்தின் நோக்கத்தினை முற்றிலும் தவறாகக் கணக்கிட்டதற்குக் காரணம், ஆப்கானிஸ்தான் சோவியத் தலைவர்களைக் கம்யூனிஸம் என்ற கண்ணாடி வழியாகக் காண்பதற்கு முற்பட்டது. ஆனால், அந்த எதிர்பார்ப்பிற்கு முற்றிலும் வேறான ஒரு முகத்தையே அப்போது ரஷ்யா கொண்டிருந்தது. ஏற்றுக்கொள்வதற்கு மட்டுமே ஆப்கான் அப்போது அனுமதிக்கப்பட்டது. வேறு தெரிவுகள் இருக்கவில்லை.

இன்னொரு புறம் சோவியத்துகளுக்கு ஆப்கானிய கலாச்சாரம் தெரிந்திருக்கவில்லை. சமூகத்தையும் பழமைவாதக் கலாசாரத்தையும் சமாளிப்பதற்கு அவர்களால் முடியவில்லை. ஆப்கானிஸ்தானினுள் அமெரிக்கா ஊடுறுவியபோதும் இதே சவாலை அது எதிர்கொண்டது.

ஆப்கானியர் தமது மதம், நாடு, தம் பழைமை, தம் முன்னோர்கள், இவற்றிற்கு மேலாக எதொன்றையும் பெருமிதமாகக் கருதவில்லை. இந்த நாட்டு மக்களின் தனித்துவம் காரணமாகவே வெளிநாட்டுச் சக்திகள் எவற்றினாலும் தொடர்ந்து கட்டுப்பாட்டில் வைத்திருக்க முடிவதில்லை.

03

ஏப்ரல் 1978இல் நூர் முஹம்மது தாரகியின் அரசாங்கம் பதவியேற்றது. டிசம்பர் 1979இல், ஆப்கானிய அரசாங்கத்தின் கட்டுப்பாட்டை சோவியத் யூனியன் எடுத்தபோது, ஆப்கானிஸ்தான் தேசத்தை வேறு வகையான சமூக, அரசியல் நிறுவனமாக மாற்ற ஒரு தைரியமான முயற்சி மேற்கொள்ளப்பட்டது. இந்த மாற்றத்திற்குக் காரணமானவர்கள் வர்க்க ஒடுக்குமுறை ஒழிக்கப்பட்டு உழைக்கும் மக்களின் உற்பத்தி ஆற்றல் திரட்டப்பட்ட ஒரு சோசலிச தேசத்தை நிறுவுவதைக் கற்பனை செய்தனர்.

ஆப்கானிஸ்தானின் மக்கள் ஜனநாயகக் கட்சி (PDPA), இது முன்னர் அதிகாரத்திலிருந்து விலக்கப்பட்டவர்களையும், பெண்களையும் மாணவ இயக்கங்களையும் இணைப்பதற்கான வாகனமாக இருக்குமெனக் கருதப்பட்டது. சோசலிசத்தின் அறிவியல் கோட்பாடுகளில் முறையான பயிற்சிகள், கற்பித்தல்கள், கல்வியறிவினால் மக்களிடையே எழுத்தறிவைக் கொண்டு வந்து, வறுமையினால் பாதிக்கப்பட்ட கிராமப்புற மக்களின் வாழ்க்கையை மாற்றுவதினூடாகப் பொருளாதார சமூக விழிப்புணர்வுள்ள ஒரு புதிய சகாப்தத்தின் விடியலை இக்கட்சியின் தலைவர்கள் எதிர்நோக்கியிருந்தார்கள்.

ஆனால் சோசலிச சொர்க்கத்தில் வாழ விரும்பியோரைக் காட்டிலும் ஆயுதம் ஏந்தியவர்களின் எண்ணிக்கை அதிகமாகியது. ஆப்கானிஸ்தானின் மக்கள் ஜனநாயகக் கட்சி (PDPA) அதிகாரம் சூழ்ச்சிகளால் கைமாறியது ஒரு பிரதானக் காரணமாக இருந்தது. இந்த சூழ்ச்சிகளின் பின்னால் மாக்சிசக் கூட்டாளிகள் இருந்தார்கள் என்று நம்பப்பட்டது. அத்துடன் நாடு இராணுவச் சதிக்கு ஆட்பட்டு மக்களிடையே குழப்பத்தையும் தடுமாற்றத்தையும் ஏற்படுத்தியது.

1978இல் இடம்பெற்ற 'புகழ்பெற்ற சவுர் புரட்சி' என்பது மிகத் துல்லியமான ஒரு இராணுவச் சதியால் நிகழ்ந்தது. 1973 முதல் 1978 வரை ஆப்கானியக் குடியரசின் அதிபராக இருந்த முகம்மது தாவூத் கான் ஒட்டுமொத்தமாகக் குடும்பத்துடன் கொலை செய்யப்பட்டார். சில ஆயிரம் இராணுவ உறுப்பினர்களைக் கொண்டு மிகத் திறமையாக வடிவமைக்கப்பட்ட இந்த சூழ்ச்சி

நடவடிக்கையே 1978இல் நூர் முஹம்மது தாரகியை ஆப்கான் குடியரசின் தலைவராக்கியது.

1978இல் ஒட்டுமொத்தமாகக் குடும்பத்துடன் கொலை செய்யப்பட்ட முகம்மது தாவூத் கான் 1973இல் அப்போதைய ஆப்கானின் அரசராக இருந்த சொந்த மைத்துனர் சாஃகிர் சாவைக் கொலை செய்து ஆட்சி அதிகாரத்தைக் கைப்பற்றியவர். ஆப்கானிஸ்தான் தேசத்தில் 1933 தொடக்கம் 1973 வரையான மிக உறுதியான நீண்ட ஆட்சியைப் புரிந்தவராக அரசர் சாஃகிர் சா இருந்தார்.

1930 முதல் ஆப்கானிஸ்தான் நாடு ஒரே குடியைச் சேர்ந்தவர்களாலேயே மாறி மாறி ஆளப்பட்டது. 'நாடேரி வம்சத்தின் வரலாற்றுக் குற்றங்கள்' என்ற நியாயப்படுத்தல்களால் தாவூத் கான் அவரது குடும்பங்கள் கொல்லப்பட்டதை தாரகியின் அரசாங்கம் பார்த்தது. தாவூத் கான் நாடேரி அரச வம்சத்தின் கடைசி உறுப்பினர்.

ஆப்கான் அரசியல் கலாச்சாரத்தின் பாரம்பரியத் தூணாக இருப்பது பிரபுக்களின் பரம்பரை இயல்பு மீதான நம்பிக்கை. 'ஒவ்வொருவரின் பங்கு [நசிப்] என்பது அவரது தகுதி, சூழ்நிலைகள், திறன்களின் அடிப்படையில் இறைவனால் தீர்மானிக்கப்படுகிறது. ஒவ்வொருவரும் அவரவர் இடத்திலும் நிலையிலும் நிற்கிறார்கள், எனவே நீங்கள் இறைவனுக்கும் அரசனுக்கும் நன்றியுள்ளவர்களாக இருக்க வேண்டும். ஏனென்றால் இறைவன்தான் வாழ்க்கையில் ஒருவரின் நிலையைத் தீர்மானிக்கின்றான்' என்பதே ஆப்கான் மக்களின் பழமையான நம்பிக்கை.

1929-1930ஆம் ஆண்டில் ஒரு வருடம் தவறாக ஆட்சி செய்த பச்சா-ஐ சாகாவோவைத் தவிர, ஆப்கானிஸ்தானின் அனைத்து ஆட்சியாளர்களும் 1747 முதல் 1978 வரை துரானி பழங்குடியிலிருந்து வந்தவர்கள். அந்தப் பழங்குடியினருக்குள், அரியணைக்காக மோசமான போர்கள் நடந்தன. ஆனால் சவுர் புரட்சி வரை இந்தப் பழங்குடியினரின் ஆட்சி உரிமையை யாரும் திறம்படச் சவால் செய்யவில்லை.

நூர் முஹம்மது தாரகி நிலப்பிரபுத்துவப் பரம்பரையைச் சேர்ந்தவரில்லை. அவர் நிலப் பிரபுக்கள், வஞ்சகப் பழங்குடியின தலைவர்களால் அதிக வரி விதிக்கப்பட்டு ஒடுக்கப்பட்ட ஒரு ஏழை விவசாயியின் மகனாக இருந்தார். இது காலங்காலமாக ஆப்கான் மக்களின் ஆட்சி, அதிகாரங்கள் பற்றிய அடிப்படை அனுமானங்களை மாற்றியமைத்தது.

ஆப்கானிஸ்தானின் மக்கள் ஜனநாயகக் கட்சித் (PDPA) தலைவர்கள் தங்களைப் புரட்சியின் நேரடி வசம்சாவளியாகக் கருதினார்கள். தாங்கள் ஆட்சியைக் கைப்பற்றக் காரணமாக இருந்த 'புகழ்பெற்ற சவுர் புரட்சி'யை ஒரு மதிப்புமிக்க மாதிரியாகக் கட்டமைத்தார்கள். 1978இல் ஆப்கானிஸ்தான் அறிவியல் அகாடமியின் தொடக்க விழாவில் அப்போதைய துணைப் பிரதமர் அமீனின் நீண்ட உரையில் இந்த உணர்வு நிரூபிக்கப்பட்டுள்ளது. இவரது நீண்ட உரை, ஆப்கானிஸ்தானின் மக்கள் ஜனநாயகக் கட்சி (PDPA) ஆப்கான் சமூகத்தை எப்படிக் கற்பனை செய்தது என்பதற்கான விளக்கத்தைத் தருகிறது.

ஆப்கானிஸ்தான் அனுபவம் அக்டோபர் புரட்சியின் பெருமைக்குரிய வாரிசாகவும் மார்க்சிசப் புரட்சிகரப் போராட்டங்களில் ஒரு தனித்துவமான நிகழ்வாகவும் கருதப்படலாம். 'புகழ்பெற்ற சவுர் புரட்சி', 'அக்டோபர் புரட்சி'யைப் போலவே அரசியல் அதிகாரத்தைச் சுரண்டல்காரர்களிடமிருந்து நேரடியாகத் தொழிலாளர் வர்க்கத்திற்கு மாற்றியது. அக்டோபர் புரட்சியிலிருந்து சவுர் புரட்சியைத் தனித்துவமானதாகவும் அதிக வித்தியாசமானதாகவும் காண்பிப்பது எதுவென்றால், நிலப் பிரபுத்துவ நிலப் பரப்பில் நில பிரபுத்துவ நிலைகளின் கீழ் முதன் முறையாக வெற்றி பெற்ற ஒரு புரட்சியாக இது இருக்கின்றது.

முதலாளித்துவம் வென்று தொழிலாளர் வர்க்கம் முழுமையாக அடித்து நொறுக்கப்பட்ட ஒரு சமூகத்தில் மட்டுமே உண்மையான பாட்டாளி வர்க்கப் புரட்சி நிகழும் என்று மார்க்ஸ் கணித்திருந்தார், மேலும், லெனின் மத்திய ஆசிய விவசாய மக்களிடையே ஒரு புரட்சிகர இயக்கத்தை அணிதிரட்டுவதில் விரக்தியடைந்தார். ஆனால், மார்க்ஸ், லெனின் இருவரும் தோல்வியடைந்த இடத்தில், புரட்சிக்கு இராணுவத்தை 'குறுக்குவழியாக'ப் பயன்படுத்தி ஆப்கானிஸ்தானின் மக்கள் ஜனநாயகக் கட்சி (PDPA) வெற்றி பெற்றது.

ஒரு வகையில் அமீனின் உரையானது, மூலோபாய புத்திசாலித்தனத்தின் ஒரு பகுதியாக இருப்பதைக் காட்டிலும் மூலோபாயத் தேவை என்ன என்பதை மகிமைப்படுத்துகின்றது. அதிபர் தாரகியும் பிரதமர் அமீனும் தங்கள் கட்சி ஆட்சி அமைத்த வரலாறு புரட்சிகரமானது என்று நம்பியதைப் போல முழு ஆப்கானியர்களும் நம்புவதற்குத் தயாராக இருக்கவில்லை. ஆணவ உணர்வு சுற்றியிருப்பவர்களிடையே மனக் கசப்பை ஏற்படுத்துவது

மட்டுமல்ல, தங்களையே கவனக்குறைவாகச் செயற்படச் செய்யக்கூடியது. தைரியமான சூதாட்டமொன்றில் தங்களைப் பணயம் வைத்த மனிதர்கள் விவேகமாகவும் கவனமாகவும் இருக்கவேண்டும். தாரகி இவற்றிலிருந்து தவறிவிட்டார். 'புகழ்பெற்ற சவுர் புரட்சி'யின் மகத்துவங்களைப் பாடித் திரிந்த அவரது கட்சியும் அவருக்கு ஆதரவளித்த கூட்டாளிகளும் விரைவிலேயே 'புகழ்பெற்ற சவுர் புரட்சி'யின் தோல்விக்கான காரணங்களை ஆராயும்படியான சூழல்களே உருவாகின.

மிகவும் ஆழமான மதச் சார்பு கொண்ட ஆப்கானியர்களிடையே சோவியத் பாணி சோசலிச ஆட்சியை நிலைப்படுத்துவதற்கான சமூக உறவுகள் வலுவடைந்திருக்கவில்லை. அரசாட்சி அதிகாரம் இறைவனின் அருள் என்று பழமையான கொள்கைகளைக் கொண்டவர்கள் 'யார் வேண்டுமானாலும் அரசாளலாம்' என்பதை இறைவனின் சாபம் என்று கருதினர்.

ஆப்கானிஸ்தான் நாடு 1919இல் சுதந்திரமடைந்திருந்தாலும், ஏகாதிபத்திய நாடுகள் ஆப்கானிஸ்தான் ஆட்சியாளர்களைத் தத்தம் முகவர்களாக வைத்திருப்பதையே விரும்பின. எனினும், ஆப்கான் பழங்குடி சமுதாயம் இராணுவ சாகசங்களை முற்றிலும் வெறுத்தனர். மற்றது, தங்களது பண்பாட்டுக்கும் பழமைவாதங்களுக்கும் விசுவாசமாக இருந்த அவர்கள் அவற்றைச் சவால் செய்யும் எல்லாவிதக் கருத்தியல்களுக்கும் எதிராக இருந்தனர். இதனால் அரசியல் கட்சிகளில் ஆர்வமற்றவர்களாக இருந்தார்கள்.

ரஷ்யா ஆதரவு ஆப்கானிஸ்தான் ஜனநாயகக் குடியரசுக்கு எதிரான உள்நாட்டுக் கிளர்ச்சிகள் வழக்கமான அரசுக்கு எதிரான பொது எழுச்சியாகத் தொடங்கியபோது அது இன்னொரு ஆட்சிக் கவிழ்ப்பிலோ சூழ்ச்சியிலோ முடிந்துவிடும் என்று எதிர்பார்க்கப்பட்டது. ஆனால், சோவியத் படைகளின் நேரடியான தலையீடு விரைவில் போரின் திசைகளை மாற்றியமைத்தன. சோவியத்தின் விரிவாக்கத்தை விரும்பாத முதலாளிய நாடுகள் கிளர்ச்சியாளர்களை ஊக்குவிக்கத் தொடங்கின. பாகிஸ்தான், ஈரான், சீனா, அமெரிக்கா, சில ஐரோப்பிய, அரபு நாடுகள் நேரடியாகவும் மறைமுகமாகவும் பணமும் ஆயுத உதவிகளும் வழங்கின. கிளர்ச்சி அமைப்பாக இருந்த முஜாஹிதீன்களின் ஏழு முக்கிய இஸ்லாமியப் பிரிவுகளுக்கு விநியோகிக்கப்பட்ட பெரும்பாலான உதவிகள் பாகிஸ்தான் வழியாக வழங்கப்பட்டன.

இந்தக் கிளர்ச்சிப் பிரிவுகளில் நான்கினை பாகிஸ்தான் மிகவும் விரும்பியது தனியொரு கதை.

முன்னோடியில்லாத அரசியல் அதிகாரம், பழங்குடிகளின் அதிகாரத்தைக் குறைத்தது. கிராமங்களைப் பின்னே தள்ளியது. இப்படிப் பாதிக்கப்பட்ட பிரிவினரின் எண்ணற்ற உள்ளூர் மோதல்களே தேசியப் போராட்டத்தின் கிளர்ச்சிகளைப் போராக உயர்த்தியது. ஆனால் இந்த எதிர்ப்பு ஒருபோதும் இணைக்கப்படவில்லை. சோவியத் மீதான பொதுவான வெறுப்பு கூட இதனைச் சாதிக்கவில்லை. ஒரு மத்திய தலைமை அல்லது தெளிவான கட்டளைச் சங்கிலி முறைமை ஒருபோதும் இல்லை. மாறாக ஒற்றுமையின்மை, பழைய பகைகள், இனவேறுபாடு போன்றவை மோதல்களை வகைப்படுத்தின. போரிலும் இந்த வேறுபாடுகள் இருந்தன. சில நேரங்களில், பிரிவுகள் (எண்ணிக்கையில் அதிகமாகவோ அல்லது குறைவாகவோ தளர்வான துணைப் பிரிவுகளின் குழுக்கள்) சில முயற்சியைத் தொடரத் தற்காலிகமாக இணைந்திருக்கும். சில நேரங்களில் ஒத்துழைப்பு மறுக்கப்பட்டது, அல்லது ஒரு செயல்பாட்டின்போது உடைந்தது. சில நேரங்களில் அவர்கள் உண்மையில் ஒருவருக்கொருவர் சண்டையிட்டனர். இந்த ஒற்றுமையின்மையை சோவியத் படைகள் நன்றாகவே பயன்படுத்திக் கொண்டன. அமெரிக்க மத்தியப் புலனாய்வு நிலையம் கிளர்ச்சிக் குழுக்களில் மோதலைத் தூண்டக்கூடியவர்களை இனங்கண்டு பயன்படுத்தத் தொடங்கியது. இந்தப் போர் பெரும்பாலும் ஒரு தொடரைக் கொண்டிருந்தது. மேலும் நீண்ட உள்ளூர் மோதல்களால் அது அன்றாட வாழ்வின் ஒரு பகுதியாகியது.

முஜாஹிதீன் தளபதிகள் மதத்திற்காகத் தாங்கள் அர்ப்பணிக்கப் பட்டவர்கள் என்ற நம்பிக்கையுடையோராக இருந்தார்கள். தங்களின் சமூக நிலை, கல்வி, தலைமைத்துவம் அனைத்திற்கும் தாங்களே பொறுப்பு என்பதில் உறுதியாக இருந்தார்கள். அவர்கள் இராணுவ ஒழுக்கத்திற்கோ கீழ்ப்படிதலுக்கோ கட்டுப்படுகிறவர்களாக இருக்கவில்லை. மாறாக, அவர்கள் ஆளுமை, தார்மீகத் தூண்டுதல், ஒற்றைக் கருத்தியலை அடைவதன் மூலமான பலத்தால் வழிநடத்தப்பட்டனர். இவர்களில் 15%க்கு மேலானவர்கள் முன்னாள் தொழில்முறை வீரர்கள் அல்லது முன்னாள் அதிகாரிகள். முன்னைய ஆட்சிகளில் இஸ்லாமிய அடிப்படைவாதிகளால் பயிற்சியளிக்கப்பட்டு அதிகாரச் சமநிலையின்மையினால் ஒடுக்கப்பட்டவர்கள், இனப் பிரிவுத்

தலைவர்களால் சவால்களைச் சந்தித்தவர்கள். இவர்கள் இராணுவத் தொழில்நுட்ப அறிவு உட்பட திட்டமிடல், பயிற்சியளிக்கும் திறன்களைப் பெற்றிருந்தார்கள்.

முஜாஹிதீன் போர்வீரர்கள் சுதந்திரம், கடமை உணர்ச்சிகளால் உந்தப்பட்டுத் தன்னார்வலர்களாகப் போராடினார்கள். இந்தப் போராட்டம் குடும்பத்திற்காகவும், இனத்திற்காகவும், மதத்திற்காகவும் என உறுதிபட நம்பினார்கள். பெரும்பாலான போராளிகள் குடும்பப் பொறுப்புகள் கொண்ட உள்ளூர் ஆண்கள். இவர்களில் பயிற்சி பெறாத பகுதி நேரப் பணியாளர்களும் அடங்குவர்.

போர் இவர்களை அறியாத ஆழங்களுக்கு இழுத்துச் சென்றது. விரைவில் 'மொபைல் குழுக்கள்' என அறியப்பட்ட நடமாடும் குழுக்கள் தோன்றின. இந்த மொபைல் குழுக்கள் பெரும்பாலும் இளைஞர்களை உள்ளடக்கியது. இவர்களில் சிலர் உயர் தரப் பயிற்சியும் சம்பளமும் பெற்றனர். இந்த மொபைல் குழுக்கள் முக்கியப் பிரிவுகளைக் கட்டுப்படுத்தியது. பரந்தளவிலும் பெரியளவிலும் நடவடிக்கைகளைச் சாத்தியமாக்கியது.

பலவழிகளில் முஜாஹிதீன்கள் கெரில்லாப் போராளிகளின் இயல்பைப் பெறுகிறார்கள். இவர்கள் கடினமானவர்கள், வலிமையானவர்கள், தைரியமானவர்கள், ஆயுதங்களைப் பயன்படுத்தப் பழகியவர்கள். இவர்கள் தங்கள் சொந்த நிலப் பரப்பை நெருக்கமாக அறிந்திருந்தனர். இவர்கள் இரவுப் போரில் சிறப்புத் தேர்ச்சி பெற்றவர்களாகவும் இருந்தார்கள். இதனால் எதிரிகளை அஞ்சவைத்தார்கள். தொடக்கத்தில் இவர்களுக்கு மக்கள் ஆதரவு மிகவும் அமோகமாக இருந்தது. ஆட்சேர்ப்பு தொடங்கி, உணவு, தங்குமிடம், தகவல் பரிமாற்றம், நுண்ணறிவு போன்ற அனைத்தையும் தங்கள் இன மக்களிடமிருந்து அனுபவித்தார்கள்.

ஆப்கானிஸ்தானின் சிறிய நிலப்பரப்பு சோவியத்துகளால் செய்யப்பட்ட இயந்திரமயமாக்கப்பட்ட, 'ஃபயர்பவர்' சார்ந்த படைக்கு ஏற்றதுபோல் தோற்றமளித்தாலும் அது முஜாஹிதீன்களுக்காகவே இயற்கை அளித்த கொடை போலானது. பெரும்பாலும் சாலை இல்லாத பாலைவனம், நிலத்தின் பெரும்பகுதி மூடப்பட்ட மலைத்தொடர்கள், அடர்ந்த காடுகளின் பச்சை மண்டலங்கள், நீர்ப்பாசனப் பள்ளங்கள் முதல் மக்கள் செறிந்து வாழும் பகுதிகளைக் கூடக் கடினமாகக் காட்டும் கொடிகள், பயிர்கள், சிக்கிய தாவரங்கள், தட்டையான சமவெளிகள், பல

சதுப்பு நிலங்கள் என முழு நில அமைப்புமே கெரில்லாப் போருக்கு ஏற்றது. பண்டைய காலங்கள் தொட்டு ஆக்கிரமிப்பாளர்களுக்கு எதிராகப் போராடுவதற்கு ஆப்கான் மக்கள் அதன் நில அமைப்பையே அரணாகப் பயன்படுத்தி வந்துள்ளனர்.

நில அமைப்பு வழங்கிய அத்தனை சாத்தியங்களையும் சூழ்ச்சி, சிதறல், பதுங்கியிருத்தல், பாதுகாப்பு போன்ற அனைத்திற்கும் முஜாஹிதீன்கள் திறம்பட முழுமையாகப் பயன்படுத்திக் கொண்டனர்.

அரச, சோவியத் படைகள் பெரிதும் நம்பியிருந்த ஃபயர்பவர் குறிப்பிட்ட அளவு மட்டுமே உதவியது. எல்லாச் சவால்களையும் அதனால் ஈடுசெய்ய முடியவில்லை.

ஆப்கானிஸ்தான் ஜனநாயகக் குடியரசின் இராணுவம் மோசமாகச் சரியத் தொடங்கியது. 1979இல் 90,000ஆக இருந்த சோவியத் ஆதரவுப் படை 1981இல் 30,000 ஆகக் குறைந்தது. மீதமிருந்த படைகள் தகுதியற்றவர்கள், மோசமாகப் பயிற்சி பெற்றவர்கள் என்று மதிப்பு வரையறுக்கப்பட்ட நிலை எஞ்சியது. முக்கியமாக இவர்கள் இந்தப் போரில் ஆர்வமற்றவர்களாக இருந்தார்கள்.

உண்மையில் ஆப்கான் ஜனநாயகக் குடியரசைத் தொடக்கத்தில் மக்கள் பெரிதும் ஆதரித்தார்கள். சோவியத் எஜமானர்களின் ஆதரவு பொம்மையாக இருக்கும் ஆப்கான் ஜனநாயகக் குடியரசின் மீது வெறுப்பும் ஏமாற்றமும் கொண்ட அதிகாரிகள் அரசில் இருந்துகொண்டு விசுவாசமான முகத்தைக் காண்பித்துக் கொண்டே ரகசியமாகக் கிளர்ச்சிகளுக்கு ஆதரவளித்தார்கள். முஜாஹிதீன்களுக்குத் தகவல்களையும் ஆயுதங்களையும் வழங்கி உற்சாகமளித்தார்கள்.

இந்தப் போர் சகிப்புத் தன்மைக்கும் விருப்பத்திற்குமான போட்டியாக இருந்தது. முஜாஹிதீன்கள் போர்க்களத்தில் வெற்றிக்கான எதிர்பார்ப்புடன் மட்டும் போராடவில்லை. தங்கள் மீது கடமையாக்கப்பட்ட சரியான செயல்பாடு என்று உறுதியாக நம்பியதால் போராடினார்கள். நீண்ட முடிவற்ற போராட்டத்திற்கு அவர்கள் தயாராக இருந்தார்கள். சோவியத்களைப் பொருத்தவரை இதுவொரு சமரசமற்ற போர். சோவியத் எதிரியை அழிக்கப் போதுமான படைகளைப் பயன்படுத்துவதிலேயே குறியாக இருந்தது. எப்படியாகினும், இந்தப் போரில் அதிக உயிரிழப்புகளைச் சந்தித்தவர்கள் ஆப்கானிஸ்தான் மக்களே.

04

இந்தப் பகுதி 'புகழ்பெற்ற சவுர் புரட்சி'யின் முதல் பதினெட்டு மாதங்களில் கவனம் செலுத்துகிறது. அதாவது ஏப்ரல் 27, 1978 முதல் அக்டோபர் 1979 வரையான காலப் பகுதி. 'மக்களின் விருப்பத்திலான புரட்சி' என்ற பெயரில் மார்க்சியத் தோழர்கள் ராணுவ ஆக்கிரமிப்பு அரசை நிறுவிய ஏப்ரல் 27, 1978 முதல் அந்தப் புரட்சியின் தந்தையாக இருந்த நூர் முஹம்மது தாரகி அவரின் சீடரும் வாரிசுமான ஹபிசுல்லா அமீனினால் அக்டோர் 1979இல் படுகொலை செய்யப்பட்டது வரையான காலப் பகுதி.

ஆப்கானிஸ்தானில் மார்க்சியப் புரட்சியின் தோல்வியைப் புரிந்துகொள்வதற்காக எடுக்கப்படும் அணுகுமுறை இந்தக் காலத்தில் மற்ற ஆய்வாளர்கள் அல்லது அணுகுமுறைகளிலிருந்து இரண்டு கூறுகளில் வேறுபடுகின்றது.

முதலாவது ஆட்சியை எவ்வாறு சித்திரிப்பது என்பதோடு தொடர்புடையது. பொதுவான முறையில் தூரத்திலிருந்து ஆட்சியை வகைப்படுத்த முயற்சிப்பதை விட அதன் தலைவர்கள் தங்களை எப்படிக் கருதினார்கள் என்பதை நிறுவ குறிப்பிட்ட காலப் பகுதியில் ஆப்கான் செய்தித்தாள்களில் வெளியிடப்பட்ட, ஆப்கானிஸ்தான் அரச வானொலியில் ஒளிபரப்பப்பட்ட அரசாங்கத்தின் சொந்த அறிக்கைகளைப் பயன்படுத்தியும், அத்துடன் மக்கள், எதிரிகள், ஆப்கான் வரலாற்றில் அவர்களின் இடம் என்பவற்றிலும் கவனம் செலுத்தப்படுகின்றது. இந்த அணுகுமுறைக்கு ஏற்ப, காலவரிசையில் மட்டுமல்ல, கருப்பொருளிலும், புரட்சியின் தன்மை, தலைவரின் ஆளுமை, கட்சி பற்றிய மக்களின் சித்திரிப்பிலும், ஆட்சியின் எதிரிகளின் சித்திரிப்பு போன்ற விஷயங்களிலும் கவனிப்பு செலுத்தப்படுகின்றது.

இந்தப் பகுப்பாய்வு அணுகுமுறையின் இரண்டாவது கூறு, ஆப்கானிஸ்தானில் ஆதிக்கம் செலுத்திய பாரம்பரிய நிர்வாகக் கருத்துகளிலிருந்து ஆட்சியைப் புரிந்துகொள்ள முயல்கிறது.

அவதானங்களின்படி, இந்தப் பதினெட்டு மாதங்கள் புரட்சியை இன்னும் வெல்வதற்கான முக்கியமான வரலாற்றுத் தருணமாக அமைந்திருக்க வேண்டியது. ஆனால் புரட்சியின் 'தந்தை'யும், புரட்சியின் புலப்படும் சின்னமுமாக விளங்கிய தாரகியின்

படுகொலை அதன் சூழ்ச்சி முகத்தைக் காண்பித்தது. சோவியத் படைகளினால் ஆப்கானிஸ்தான் ஆக்கிரமிக்கப்பட்ட நாடாக மாறிய இரண்டு மாதங்களுக்குள் அது பெரும் அழிவை நோக்கி நகர்ந்தது. ஆப்கானிஸ்தான் நாட்டைத் துன்பத்தின் இருண்ட தளத்திற்குள் தள்ளிய காலப்பகுதியின் துவக்கம் இதுவே. இன்று வரையில் சுமார் அரை நூற்றாண்டுகள் (43 ஆண்டுகள்) காலமாகச் சீர் செய்ய முடியாத ஆழமான காயத்தை உருவாக்கிய மிக முக்கியமான இந்த வரலாற்று நிகழ்வையும் காலத்தையும் இருட்டடிப்பு செய்துவிட்டு, ஆப்கானிஸ்தான் வரலாற்றைப் பார்ப்பது முடியாத விடயம்.

நூர் முஹம்மது தாரகி ஆப்கானிஸ்தானின் புரட்சிகர கம்யூனிஸ்ட் அரசியல்வாதி. ஆங்கில மொழி, பஷ்டூன் இரண்டிலும் தேர்ச்சி பெற்ற பத்திரிகையாளரும் எழுத்தாளரும். 1940களில் சோசலிச யதார்த்த பாணி நாவல்கள் சிறுகதைகளை எழுதினார். 1965 இல் கால்க் (Khalq) என அழைக்கப்பட்ட ஆப்கானிஸ்தானின் மக்கள் ஜனநாயகக் கட்சியை (PDPA) ஸ்தாபித்தார். இக்கட்சி உறுப்பினர்கள், ஆதரவாளர்கள் கால்கிகள் (Khalqis) என அழைக்கப்பட்டார்கள். கால்க் (Khalq) என்பது உருது மொழிச் சொல். பொதுவாக 'மக்கள்' என்ற பொருளில் பயன்படுத்தப்பட்டாலும், நட்புடன் அணுகக் கூடிய மனிதர்கள், பூமியில் மிகவும் நெருக்கமாக வாழும் மனிதர்கள் / மக்கள் என்பதாயும் பொருள் கொள்ளக்கூடிய பிரயோகம்.

1965இல் கால்க் கட்சி வேட்பாளராக ஆப்கானிஸ்தான் நாடாளுமன்றத் தேர்தலில் தாரகி போட்டியிட்டார். எந்தவொரு தொகுதியிலும் அவர் வெற்றிபெறவில்லை. 1966ஆம் ஆண்டில் வர்க்கப் போராட்டத்திற்காக வாதிடும் கட்சி செய்தித்தாளான 'கால்க்'கை வெளியிட்டார். இது ஆறு வாரங்கள் ஆறு இதழ்கள் மட்டுமே வெளியாகின. அரசாங்கத்தின் தடை உத்தரவினால் அதனை மூட நேர்ந்தது. 1965 முதல் 1979 வரை மக்கள் ஜனநாயகக் கட்சியின் பொதுச் செயலாளராகவும், 1978 முதல் 1979 வரை புரட்சிகர கவுன்சிலின் தலைவராகவும் பணியாற்றினார். ஆப்கானிஸ்தான் மக்கள் ஜனநாயகக் கட்சியின் (PDPA) ஸ்தாபக உறுப்பினராகவும் இருந்தார்.

1975இல் பாஷ்டூன் அகாடமி வெளியிட்ட முதல் ஆங்கில-பாஷ்டூன் அகராதியைத் தொகுப்பதில் தாரகி மற்றவர்களுடன் பங்கேற்றபோதிலும், அவர் ஒரு வரலாற்றாசிரியரோ அல்லது சமூகவியலாளரோ அல்ல, ஆனால் அவர் ஒரு மரபுவழி

மார்க்சிஸ்ட்-லெனினிஸ்ட். அவர் கம்யூனிசத்தை எவ்வளவு அதிகமாக நம்பினாரோ அவ்வளவு அதிகமாகக் கொள்கையில் பிடிவாதமானவர். 1968இல் இங்கிலாந்தில் உயர் படிப்பு முடித்து விட்டு ஆப்கானிஸ்தானுக்குத் திரும்பிய ஆராய்ச்சியாளர் ஒருவர் தனது ஆய்வறிக்கையைத் தாரகியிடம் விவரித்தபோது, அவர் இப்படிப் பதிலளித்தார், "ஏகாதிபத்தியத்தின் ஆதாரங்களை அடிப்படையாகக் கொண்ட எந்தவொரு வேலையையும் நாங்கள் நிராகரிக்கிறோம்."

நூற்றுக்கணக்கான படித்த மனிதர்கள் சோசலிசத்தின் மீது பற்று கொள்வதற்குத் தாரகி ஒரு காரணமாக இருந்தார். 'புகழ்பெற்ற சவுர் புரட்சி' நிகழ்த்திய ஆட்சிக் கவிழ்ப்பினால் அச்சமடைந்திருந்த மக்களின் பீதியை எளிய வார்த்தைகளால் சீரமைத்துவிடவும், முன்னைய ஆட்சிகளை வீழ்த்தியவர்கள், தலைமறைவாக இருந்தவர்கள், ஒதுக்கப்பட்டவர்கள் அனைவருக்கும் வீடு, உணவு, தொழில் போன்றவற்றை வழங்குவதன் மூலம் அவர்களின் குற்றவுணர்வுகளைக் களைந்து, கலகங்களைக் கட்டுப்படுத்தலாம் என்றும் தாரகி நம்பினார். மக்களின் விடுதலைக்காகவே உழைப்பதாக நம்பிக்கையளிக்க எவ்வளவோ பாடுபட்டபோதும் அவர் நிராகரிக்கப்பட்டார்.

விவசாயிகள் அவரை நிராகரித்தபோது சோவியத் ராணுவத்திடம் மக்களை ஒடுக்கும்படி கேட்கவும் அவர் தயங்கவில்லை.

'புகழ்பெற்ற சவுர் புரட்சி'க்கு இரக்கமற்ற முறையிலும் இலட்சியத்திற்கு விரோதமான முறையிலும் பலியாக்கப்பட்ட அதிபர் முஹம்மது தாவூத் ஆட்சிக் கவிழ்ப்பின் பிளவை மாற்றுவதற்கான நேர் செய்வதற்கான வழிமுறைகளைக் கண்டடைவதில் ஆப்கானிஸ்தான் நவீன சோசலிச அரசு உண்மையில் தோல்வியடைந்தது.

இந்தக் காலகட்டத்தில், நவீன சோசலிச அரசின் படைகள் முக்கியமாக உளவுத்துறை, காவல் துறை, ராணுவம் அனைத்தும் பாரிய அளவில் குற்றங்களில் ஈடுபட்டன. ஆட்சி அமைத்து ஒரு வருடங்களுக்குள் ஏகப்பட்ட பரவலான கலகங்களை நாடு சந்தித்தது. குறிப்பாகக் கிராமப்புற மக்கள், பழமைக் குடிகளிடமிருந்து அழுத்தமான எதிர்ப்புகள் கிளம்பின. சோசலிச அரசு அதன் நிகழ்ச்சி நிரலை நிறைவேற்றுவதற்கான மக்கள் ஆதரவு இல்லாததால் எழுச்சிகளை நசுக்கியது. அடக்கு முறைகளைப் பிரயோகித்தது.

இதனால் சோசலிச அரசுக்குள் பிளவுகள் உருவாகி இரத்தக்களரிக்கு வழியமைத்தது. ஆப்கானிஸ்தான் மக்கள் ஜனநாயகக் கட்சி (*PDPA*) பிளவுபட்டது. ஒன்று கல்க் (*Khalq*), மற்றது பர்ச்சம் (*Parcham*). கல்க் பிரிவு தொடர்ந்தும் அதிகாரத்திலிருந்தது. இதன் ஆதிக்கம் நூற்றுக்கணக்கானவர்களைத் தூக்கிலிட்டும், சிறையில் அடைத்தும் நாடு கடத்தியும் முன்னணி உறுப்பினர்களைச் சுத்தப்படுத்தியது. அனைத்து எதிர்ப்புகளை ஒடுக்குவதற்கும், ஆப்கான் சமூகத்தின் கட்டமைப்பை மாற்றுவதற்குமாக வடிவமைக்கப்பட்ட ஒரு நிகழ்ச்சி நிரலுடன் இவர்கள் விரைந்து செயல்பட்டார்கள். ஆட்சியை எதிர்ப்பதாகச் சந்தேகிக்கப்பட்ட அனைவர் மீதும் நிபந்தனையற்ற கைதும் மரண தண்டனையும் பாய்ந்தன. முன்னாள் அரசு அதிகாரிகள், மதத் தலைவர்கள், பழங்குடித் தலைவர்கள், ஆசிரியர்கள், அறிவு ஜீவிகள், அரசியல் ஆர்வலர்கள் எனப் பரவலான வெகுஜனக் கைதுகள் இடம்பெற்றன. கைது செய்யப்பட்டவர்களில் பெருந்தொகையானவர்கள் என்ன ஆனார்களென்ற எந்தத் தகவல்களும் இல்லை. அவர்களின் பெயர்கள் கூட இன்று காணாமலாக்கப்பட்டோரின் பட்டியலில் மட்டுமே காண்பதற்கு உள்ளது. காபூலின் புறநகர் சிறைக்கு அருகில் மனிதப் புதைகுழிகள் இருக்கலாம் என்று கருதப்படுகின்றது. 2005இல் அந்த இடத்தில் சில மனித எச்சங்கள் கண்டறியப்பட்டதும் இங்கு கவனிப்புக்குரியது.

“நானும் அமீனும் நகமும் சதையும் போன்றவர்கள்” என்று பல மேடைகளில் பரவலாகத் தோழமை பாராட்டிய ஹபிசுல்லா அமீனும் நூர் முஹம்மது தாரகியும் பிளவடைந்தார்கள். தாரகியை மிகச் சிறந்த சிந்தனையாளர் என்றும், ‘கிழக்கின் மேதை’ என்றும் நம்பிய அமீன், தாரகியை மையமாகக் கொண்ட ஆளுமை வழிபாட்டு முறையை உருவாக்கியிருந்தார். கட்சிக் கூட்ட மேடைகளிலும் பொது மேடைகளிலும் தனது உரைகளைத் தாரகியைச் சிலாகித்தே தொடங்கினார். இவற்றினால் தாரகியின் உண்மையான சீடர் என்றே அமீன் அழைக்கப்பட்டார்.

ஆட்சி அதிகாரம் இவர்களின் கைகளுக்கு வந்தபோது சில மாதங்கள்கூட இவர்களால் இணைந்து பயணிக்க முடியவில்லை. அமீனின் பரிந்துரைகளைத் தாரகி நிராகரிக்கும்போதெல்லாம் மனக் கசப்புகள் வளர்ந்தன. இவர்களுக்கிடையில் மோசமடைந்த உறவு, தேசிய ராணுவத்தின் கட்டுப்பாட்டைக் கையகப்படுத்தும் அதிகாரப் போட்டியாகவும் மாறியது.

சோவியத்துகள் தாரகியை விரும்பினர். ஏனென்றால் அவர் சோவியத் யூனியனுடன் குறிப்பாக வெளிநாட்டு விவகாரங்களில் நெருங்கிய உறவை விரும்பினார். ஆப்கானிஸ்தான் சோவியத் கூட்டமைப்புக்குள் தள்ளப்படுவதை அமீன் ஆதரிக்கவில்லை. சோவியத் கூட்டமைப்பின் தீவிர ஆதரவுடன் கியூபாவின் மாதிரியில் ஆப்கானிஸ்தானை இணைக்கத் தாரகி விரும்பினார். அதேசமயம் அமீன் சோவியத் கூட்டமைப்பிலிருந்து விலகி இருக்க விரும்பினார்.

அமீனின் உள்நாட்டுக் கொள்கைகளும் உராய்வுகளை ஏற்படுத்தியது. அமீன் அதிகாரத்தை ஏகபோகமாக்க முயன்றார். இதன் மூலம் தாரகியை மட்டுமல்ல, அவரது நெருங்கிய நண்பர்களையும் அந்நியப்படுத்தினார். இந்தச் சூழலில் சோவியத் ஆலோசகர்கள் வகித்த பங்கு மிக முக்கியமானது. சோவியத் ஆலோசகர்கள் தாரகியின் அறிவுறுத்தல்களின்படி மட்டுமே வேலை செய்தனர்.

சூழ்நிலைகள் இப்படி இருந்தபோதிலும், அமீனுக்கு இன்னும் தாரகி தேவைப்பட்டார். அமீன் அவரை மகிழ்விக்க ஆர்வமாக இருந்தார், ஆனால் அதே நேரத்தில் அவரிடமிருந்து அதிகாரத்தைப் பறிக்கவும் முயன்றார்.

எவ்வாறாயினும், தாரகியால் மகிழ்ச்சியடைய முடியவில்லை. தாரகி அவரது விசுவாசமான சீடரின் கீழ் ஒரு தலைவராகப் பணியாற்ற விரும்பவில்லை. ‘கூட்டுத் தலைமை, கூட்டு முடிவு’ என்ற கொள்கையில் தங்கள் நம்பிக்கையை மீண்டும் மீண்டும் உறுதிப்படுத்தியிருந்தாலும் மார்க்சிஸ்ட்-லெனினிஸ்ட் கட்சி அடிப்படையிலான ஜனநாயகக் கோட்பாடுகளிலுள்ள வேறுபாடுகளைக் களைவது இவர்களைப் பொறுத்தளவில் சாத்தியமற்றதாகத் தோன்றியது. எவ்வாறாயினும், இதுவரை இவர்களின் போராட்டம் சொந்த வட்டத்திற்குள் மட்டுமே இருந்தது.

செப்டம்பர் 11 முதல் 14 வரை, இவ்விருவர் தலைமையிலான போட்டிக் குழுக்கள் ஒருவருக்கொருவர் எதிராகச் சதி செய்தன. சடுதியான பதவி நீக்கங்களும் பதவி அமர்வும் இடம்பெற்றன. விசுவாசிகள் தங்களுக்குள் சுட்டுக்கொண்டு மடிந்தார்கள். தாரகி ஒரு சமரசத்தை முன்மொழிந்தார். தாரகி கட்சியின் பொதுச் செயலாளர், புரட்சிகர கவுன்சிலின் தலைவர், ஆயுதப் படைகளின் தலைமைத் தளபதி அத்துடன் ஆப்கானிஸ்தானின்

பாதுகாப்புக் குழுவின் தலைவர். இருந்தும், அமீனின் சமரசமற்ற எதிரிகளாக மாறிய ஆண்களுடன் அவர் தன்னை சிக்கிக்கொள்ள அனுமதித்தார். ஓர் இணக்கமான பேச்சுவார்த்தைக்கென அமீனை ஜனாதிபதி மாளிகைக்கு அழைத்தார் தாரகி. அரண்மனை நுழைவாயிலில் அமீன் பிற்பகல் ஐந்தரை மணிக்குச் சென்றார். அவர் இரண்டாவது மாடியின் நடைபாதையில் நுழைந்தபோது, ஜனாதிபதியின் காவலர்கள் அவரை நோக்கித் துப்பாக்கியால் சுட்டனர். ஆனால், அமீன் தப்பினார்.

தப்பித்து பாதுகாப்பு அமைச்சின் தலைமையகத்திற்கு விரைந்து சென்ற அமீன், நிலைமையைக் கட்டுப்படுத்தி, தாரகி இருந்த ஜனாதிபதி மாளிகையை முற்றுகையிட உத்தரவிட்டார். அமீனின் உத்தரவின் பேரில் தாரகி தடுத்து வைக்கப்பட்டார். அவசரமாகக் கூட்டப்பட்ட பொலிட்பீரோ கூட்டம் தாரகியின் இடத்திற்கு அமீனை நியமித்தது. அவரைக் கட்சியின் தலைவராகவும் மாநிலத்தின் தலைவராகவும் அறிவித்தது. அமீன் தனக்கு விசுவாசமான நபர்களின் புதிய அரசாங்கத்தை உருவாக்கினார்.

9 அக்டோபர், 1979 தாரகியின் மரணம் சம்பவித்தது. ஜனாதிபதி மாளிகையில் தடுப்புக் காவலில் இருந்த அவர் மூச்சுத் திணறி இறந்தார் என்று சொல்லப்பட்டது. நாட்டின் தலைவராகவும் சிறந்த மேதையாகவும் கருதப்பட்ட மனிதரின் நல்லடக்கம் இரகசியமாக இரவு நேரத்தில் நிகழ்ந்தது.

05

ஆட்சிப் பீடமேறிய புதிய ஜனாதிபதி அமீன் நாட்டின் சுதந்திரம் குறித்து அக்கறை கொண்டவராக இருந்தார். தன்னுடன் விருந்துக்கு அழைத்த பல்கலைக்கழகப் பேராசிரியர்கள் குழுவில் உரையாற்றிய போது, அவர் அவர்களுக்கு உறுதியளித்தார், "பேராசிரியர்களாகிய நீங்கள் எங்களுடன் இருக்கலாம் அல்லது இல்லாமல் இருக்கலாம், ஆனால் நான் உயிருடன் இருக்கும் வரை எந்த ஒரு வெளிநாட்டுச் சக்தியும் நம் தாய்நாட்டில் ஆதிக்கம் செலுத்த அனுமதிக்க மாட்டேன்."

இருப்பினும், அமீன் தனது சீர்திருத்தவாத முன்னோர்கள் அவருக்கு முன் எதிர்கொண்ட அதே அடிப்படைப் பிரச்சினையை

எதிர்கொண்டார். நாட்டின் சுதந்திரத்தை எவ்வாறு பாதுகாப்பது என்பதிலும் அதே நேரத்தில் மற்ற அரசாங்கங்கள் கணிசமாக உதவ விரும்பாதபோதும் சோவியத் யூனியனின் நிதிகள், தொழில்நுட்ப உதவியுடன் அதை வளர்ப்பது என்பதிலும் அவருக்குத் தடுமாற்றம் இருந்தது. எவ்வாறாயினும், அனுபவக் குறைவும் கம்யூனிஸ்ட் தோழமை மீதான நம்பிக்கையும் சோவியத் யூனியன் மாநிலத்திற்குள் ஊடுருவ அனுமதிக்கப்பட்டவுடன் சுதந்திரம் எவ்வாறு பராமரிக்கப்படும் என்று கேள்விகள் எழுப்புவதைத் தடுத்தது.

சோவியத் தலைவர்கள் ஆப்கானிஸ்தான் போன்ற நாடுகளில் இணக்கமான ஆட்சியாளர்களையே விரும்புகிறார்கள் என்பதை அவர் புரிந்துகொள்ளவில்லை. கிழக்கு ஐரோப்பிய நாடுகளின் ஆட்சியாளர்கள் மீதான அவர்களின் அணுகுமுறை அவருக்கு ஒரு பாடமாக இருந்திருக்க வேண்டும். இராஜதந்திரங்கள், அரசாங்கக் கலைகளில் அனுபவம் வாய்ந்த ஆப்கானிஸ்தானின் ஆலோசனையை இழந்து அவரும் மற்றவர்களும் தவறு செய்தனர்.

இந்த இக்கட்டான நிலை அனைத்துச் சீர்திருத்தவாத ஆப்கான் ஆட்சியாளர்களையும் குழப்பத்தில் ஆழ்த்திய ஒன்று. சுதந்திரத்தைப் பற்றி அக்கறை கொண்டிருந்தாலும், சோவியத் உதவியுடன் ஆப்கானிஸ்தானை அபிவிருத்தி செய்ய அமீன் விரும்பினார். சோவியத் யூனியனிடமிருந்து பரந்த பொருளாதார, இராணுவ உதவிகள் இல்லையென்றால், ஏகாதிபத்தியத்தின் ஆக்கிரமிப்புகளையும் சதித்திட்டங்களையும் எதிர்க்க முடியாது என நம்பினார். எல்லை நாடான சீனாவினதும் பிற நாடுகளினதும் ஆதிக்கத்திற்கு அகப்படாதிருப்பதற்கு சோவியத்தின் உதவிகள் தேவை என்று அவர் விரும்பினாலும், சோசலிசத்தை நோக்கித் தமது நாட்டை நகர்த்த முடியாதென்பதையும் தெரிந்திருந்தார்.

'இராணுவ உதவி' என்பதன் மூலம் அமீன் எதிர்பார்த்தது இராணுவ ஆயுதங்களைக் குறிக்கிறது. தாவூத் கான் அரசாங்கத்தை வீழ்த்தி கால்கிகள் (*Khalqis*) நிகழ்த்திய புரட்சியில் திரைக்குப் பின்னால் இருந்தவர் என்றவகையில் அவருக்குச் சில நியாயமான கவனங்கள் இருந்தன. அவர் தனது நெருக்கமான வட்டங்களில் இந்தக் கவலையை அடிக்கடி வெளிப்படுத்தி வந்திருக்கிறார். இந்த நாட்டின் ஆட்சி அதிகாரம் சோவியத் யூனியனைச் சார்ந்துவிட்டது, அதன் தலைவர்கள் ஒருநாள் தங்கள் சாம்ராஜ்ஜியத்தின் ஒரு பகுதியாக இந்நாட்டை ஆக்கிவிடலாம்!

எனவே, இனியும் ஆப்கானிஸ்தானைப் பாதுகாப்பதற்கு சோவியத்தின் இராணுவ உதவிகள் தேவையில்லை, நாமே நம் நாட்டைப் பாதுகாப்போம், எங்களுக்காகப் போராட சர்வதேச சகோதரர்களுக்கு இந்தப் பிரச்சினையை ஒருபோதும் விடமாட்டோம் என்று சொல்வதற்கு விரும்பினார். அப்படியொரு அறிவித்தலுக்கான களச்செயற்பாடுகளிலும் கவனத்தைக் குவித்திருந்தார்.

அரசாங்கம் அழுத்தத்தில் இருந்தபோதிலும், கட்சி பிளவுபட்டிருந்த போதிலும், எதிரிகளுடன் பேச்சுவார்த்தை மூலம் தீர்வுகளைத் தேடுவதற்கான ஞானமும் தைரியமும் அமீனுக்கு இருந்தது. (அந்த நேரத்தில் சோவியத் யூனியன் எதிர்த்தது, ஆனால் பத்து வருடப் போருக்குப் பிறகு ஆதரித்தது).

காலனிய ஆக்கிரமிப்பின் போது பிரித்தானியர்கள் கோடுபிரித்த எல்லை நிர்ணயம் 'டுராண்ட்' கோட்டை பாகிஸ்தான் அல்லது ஆப்கானிஸ்தான் மற்றவருக்கு எதிராக, சூழ்நிலைகளுக்கு ஏற்ப பயன்படுத்த முடியுமென்பதை அமீன் அறிந்திருந்தார். அமீன் ஆட்சி அதிகாரத்தை அபகரித்தபோது, அது பாகிஸ்தானின் முறை. அந்த நேரத்தில் கிட்டத்தட்ட 400,000 ஆப்கானியர்கள் பாகிஸ்தானுக்குச் தப்பிச் சென்றிருந்தனர். அவர்களில் இருந்தும் ஆப்கானிய இஸ்லாமிய அமைப்புகள் அரசாங்கத்திற்கு எதிராகப் போராட ஆட்களை நியமித்தன. ஆப்கானிஸ்தானை நிலையானதாக மாற்ற, அதன் அரசியல் ஸ்தீரணத்தைச் சீரமைக்க அமீனுக்குப் பாகிஸ்தானுடன் ஒரு புரிதல் அல்லது இணக்கப்பாடு தேவைப்பட்டது. டிசம்பர் தொடக்கத்தில், அமீன் பாகிஸ்தானின் ஜெனரல் ஜியா அல்-ஹக் உடன் ஒரு சந்திப்பை நாடினார். ஆனால் மூன்று முறைகள் திட்டமிட்டு ஒத்திவைக்கப்பட்ட அந்தச் சந்திப்புகள் இடம்பெற முடியவில்லை.

அமீன், ஆப்கானில் சோசலிஸ ஆட்சிக்கு எதிராகப் போராடியவர்களுடன் பேச்சுவார்த்தைகள் நடத்தவும் சென்றார். முன்னாள் நாடாளுமன்ற உறுப்பினர் முகமது அஸாம் சின்வாரே, இஸ்லாமியக் கட்சியின் பிரதிநிதிகள் (குல்புதீன் ஹெகமத்யார் தலைமையில்), அரசாங்கம் குனாரின் எல்லை மாகாணத்தில் சந்தித்தனர். அவர்களுக்கு இடையே கூட்டணி ஆட்சி அமைப்பதற்கான ஒப்பந்தம் எட்டப்பட்டதாகக் கூறப்படுகிறது. அப்படியொன்றும் நடக்கவில்லை.

இருப்பினும், அமீனின் நகர்வுகள் சோவியத் யூனியனால் கண்காணிக்கப் பட்டன. 31 அக்டோபர் 1979 அன்று சோவியத் பொலிட்பீரோவில் இவ்வாறு குறிப்பிடப்பட்டது.

'பழமைவாதப் பிரதிநிதிகளுடனும் அரசாங்கத்திற்கு விரோதமான பழங்குடியினத் தலைவர்களுடனும் ஒப்பந்தங்கள் [தொடர்புகள்] செய்வதற்கான அமீனின் முயற்சிகள் குறித்துக் குழப்பமான சமிக்ஞைகள் வருகின்றன. நாட்டின் முற்போக்கு வளர்ச்சிக்குத் தீங்குகளை விளைவிக்கும் சமரச நிபந்தனைகளுடனான போக்கில் அவர் இருக்கிறார். மேற்கத்தேயே சக்திகளுடனான உறவுகளில் சீரான கொள்கையை அவர் பின்பற்ற விரும்புகிறார். இது அமெரிக்காவுக்குச் சாதமான திசையில் ஆப்கானிஸ்தானின் அரசியல் பாதையை மாற்ற முடியும்.'

அமீனை 'நேர்மையற்றவர், இரு முகம் கொண்டவர்' என்று அழைத்த பொலிட் பீரோ, 'ஆட்சியில் அரசியல் நோக்குநிலையை மாற்றக்கூடிய ஒரு துரோக நபரை நாங்கள் கண்டோம்' என்றும் அபிப்பிராயப்பட்டது.

அமீன் பற்றி இவ்வாறான கண்டுபிடிப்புகள் இருந்தபோதிலும், அவருடைய உண்மையான நோக்கங்கள் உறுதியாக வெளிப்படும்வரை அமீனுடன் வழக்கமான உத்தியோகப்பூர்வ செயற்பாடுகளில் ஈடுபடுவதைத் தொடரும்படி சோவியத் யூனியன் ஆட்சியில் இருந்த சோவியத் அதிகாரிகளுக்கு அறிவுறுத்தியது.

அமீனின் நோக்கங்களை உறுதிப்படுத்துவது அவர்களுக்குக் கடினமாக இல்லை. தாரகி தனது சோவியத் தோழர்களுக்கு "நாங்கள் உங்களுக்கு நெருக்கமாக இருப்பது போல் வேறு எவருக்கும் நெருக்கமாக இருக்க மாட்டோம்" என்று உறுதியளித்தார். இதற்கு மாறாக, அமீன் ரஷ்ய எஜமானர்களின் வார்த்தைகளில், 'மிகவும் சீரான கொள்கையை'ப் பின்பற்றினார். ஆப்கானிய ஆட்சியாளர்கள் கடந்த காலங்களில் கடைப்பிடித்த பரந்த கொள்கையும் இதுதான்; ஆனால் ரஷ்ய ஆட்சியாளர்கள் இந்தக் கொள்கையை ஆப்கானிஸ்தானுக்குத் 'தீங்கு விளைவிக்கும்' என்று கருதினர். அவர்கள் ஆப்கானிஸ்தானின் ஆட்சியாளர்கள் அல்ல என்பது ஒரு தெளிவான உண்மை. ஆனாலும் அவர்கள் தங்களை அவ்வாறு நினைத்துவிடாமல், மேலும் தவறான எண்ணத்தின் அடிப்படையில் செயல்படுவதில் உறுதியாக இருந்தனர்.

எனவே, 12 டிசம்பர் 1979 அன்று அவர்கள் அமீன் செல்ல வேண்டும் என்றும் பதிலாகத் தாரகி ஆட்சியில் ஆப்கானிஸ்தான் மக்கள் ஜனநாயகக் கட்சி (PDPA) பிளவுபட்டதில் கிளைத்த பர்ச்சம் (Parcham) தோழர்களுக்கு ஆட்சி அதிகாரத்தைக் கைமாற்றுவது என்றும் முடிவு செய்தார்கள்.

பல எழுச்சிகளை அடக்கியதால் அரசாங்கத்தை விட்டும் பொதுமக்கள் அந்நியப்படுத்தப்பட்டிருந்தனர். அத்தோடு 'சோசலிசம்', 'புரட்சி', 'முன்னேற்றம்', 'ஆண்களும் பெண்களும் உழைப்பது', 'பால்நிலை சமத்துவம்' போன்ற எழுச்சிக் கோசங்கள் அந்நாட்டு மக்களின் பாரம்பரிய நம்பிக்கைகளுக்கு எதிரான தீய செயற்பாடுகளாகவே பொதுச் சமூகத்தால் கருதப்பட்டது. பொதுச் சமூகத்தின் கருதுகோள்களைக் களைவதற்கான சிந்தனைப் போக்குகளை மேம்படுத்துவதற்கான மக்கள் இணைப்புச் செயற்பாடுகள் எதுவும் நிகழவில்லை. பொதுமக்களுக்கும் அரசாங்கத்திற்குமிடையில் பேரளவில் ஆயுதங்களும் ராணுவ பலமுமே பாலமாக இருந்தன. ஆனால் ஆட்சியாளர்கள் 'மனிதன் மனிதனைச் சுரண்டாத ஒரு சமுதாயத்தை' உருவாக்குவதாக பிரஸ்தாபித்தார்கள். சோவியத் ஆலோசகர்கள் கற்பனை செய்ததை விட அவர்களின் சொற்பொழிவுகள் மிகவும் தீவிரமாக எடுத்துக்கொள்ளப்பட்டன. மத நம்பிக்கையிலிருந்து மீட்டுக்கொள்வதற்கான சிந்தனை தொழில்பாட்டுக்கோ, மக்கள் சக்தியை அரசியல் இயக்கமாக முன்னிறுத்துவதற்கோ எந்த வகையிலும் தயார்படுத்தப்படாத ஆப்கானியர்களில் பெருமளவானோர் சோசலிசத்தை வெறுத்ததுடன் அவர்களை மேலும் மதத்திற்குள் மூழ்கிப்போகவும் சோசலிசப் பிரச்சாரங்கள் தூண்டின.

உத்தியோகபூர்வமாக ஆட்சி அதிகாரத்தில் இருந்த கட்சி பிளவுபட்டதால் பெருங் குழப்பத்தில் இருந்தது. மேலும் எதிரிகள் யாரைச் சுற்றி வர முடியுமென்று அறியப்படாத எண்ணிக்கை இருந்ததால் சோவியத் தலைவர்கள் வெளிப்படையாக அமீனை நீக்கியவுடன் சோவியத் வல்லமையால் ஆதரிக்கப்பட்ட தோழர் கர்மல் என்பவரைக் கொண்டு அந்த வெற்றிடத்தை நிரப்புவார்கள் என்று எதிர்பார்க்கப்பட்டது.

இந்தக் காலப்பகுதியில் இடம்பெற்ற கொந்தளிப்புகளும் அத்தகைய நடவடிக்கைக்கு உகந்ததாக மாறியது. 1977இல் ஆட்சிக்கு வந்த ஜெனரல் ஜியா அல்-ஹக் தலைமையிலான பாகிஸ்தானில்

இருந்த இராணுவ ஆட்சியும், 1979இல் ஆட்சிக்கு வந்த அயதுல்லா கொமெய்னி தலைமையிலான ஈரானில் இருந்த மத ஆட்சியும் கடுமையான சவால்களில் சிக்கிக்கொண்டிருந்தன. சோவியத் யூனியனை எதிர்கொள்வதற்குப் பிராந்தியத்தில் வெளிப்புறச் சக்தி இல்லை, குறிப்பாக அமெரிக்கா, இந்தியாவிலிருந்த பிரிட்டிஷ் கடந்த காலத்தில் ரஷ்யாவை எதிர்கொண்டது. 1950களில் தென்கிழக்கு ஆசிய ஒப்பந்த அமைப்பு (SEATO), மத்திய ஒப்பந்த அமைப்பு (CENTO) ஆகியவற்றின் இராணுவ ஒப்பந்தங்களை ஆதரவளிப்பதன் மூலம் சோவியத் யூனியனைக் கொண்டிருந்த அமெரிக்கா, இரண்டாம் உலகப் போரின் முடிவில் இருந்து ஈரானில் ஒரு இருப்பை வைத்திருந்தது. என்றாலும் பின்வாங்கியிருந்தது. தவிர, நவம்பர் 1979இல் ஈரானால் பணயக்கைதிகளாகப் பிடிக்கப்பட்ட இராஜதந்திரிகளின் பிரச்சினையில் கொமேனி ஆட்சியை அமெரிக்கா எதிர்கொண்டது. மிக முக்கியமாக, அமெரிக்க நிர்வாகங்கள் எப்போதும் ஆப்கானிஸ்தானை சோவியத் செல்வாக்கிற்குள் இருப்பதாகக் கருதின. அத்துடன் அமெரிக்கா அதனை விரும்பவில்லை. ஆயினும்கூட, சோவியத் யூனியன் இராணுவத்தை நகர்த்துவதற்கு முன் தனது துருப்புகளை அழைப்பதைப் பார்க்க விரும்பியது. இவ்விடத்தில் ஒரு கேள்வி எழுகிறது. சோவியத் துருப்புகள் அழைக்கப்பட்டனவா, அல்லது அழைப்பின்றி சோவியத் யூனியன் ஆப்கானிஸ்தானை ஆக்கிரமித்ததா?

அமீன் ஆட்சியில் இருந்தபோது சோவியத் யூனியன் ஆப்கானிஸ்தானை ஆக்கிரமித்ததால், அதன் துருப்புகளுக்கான அழைப்பு அவரிடமிருந்து வந்திருக்க வேண்டும். பிரதமராகவும், பாதுகாப்பு அமைச்சராகவும், புரட்சிகர கவுன்சிலின் தலைவராகவும், கட்சியின் பொதுச் செயலாளராகவும் அமீன் முக்கிய நபராக இருந்தார். ஆப்கானிஸ்தான் தேசிய வாழ்க்கையின் முழு அம்சத்தையும் உள்ளடக்கிய இந்தக் கேள்வியை ஆராய்கையில் ஓரளவிற்கு அறியமுடிவது, அமீனோ அல்லது புரட்சிகர கவுன்சிலோ சோவியத் யூனியனை அதன் துருப்புகளை அனுப்பும்படி வாய்மொழியாகவோ அல்லது எழுத்துப்பூர்வமாகவோ கேட்கவில்லை. சோவியத் அதிகாரிகள் ஆப்கானிஸ்தானை நோக்கி ஒரு கற்பனையான ஆபத்தைப் பற்றிப் பயமுறுத்துவதற்கு விரிவான முயற்சிகளை மேற்கொண்டிருந்தாலும் அவ்வாறு நடக்கவில்லை. ஆனால் சோவியத் அரசாங்கமும், ஆட்சி அதிகாரத்தை அனுபவிக்க எதிர்பார்த்திருந்த கர்மலின்

பர்ச்சம் கட்சியும் கூட்டாக இந்த முடிவுக்கு மாறாகக் கதைகளைப் புனைந்தன.

அமீனிடம் அமெரிக்காவில் இருந்து ஆபத்து வரவுள்ளது, பாரசீக வளைகுடாவில் பாரிய தாக்குதலைத் தொடங்கவுள்ளது என்ற கதையை சோவியத் அதிகாரிகள் சமைத்தார்கள். தாக்குதலைச் சந்திக்க ஆப்கானிஸ்தான் இராணுவ ரீதியாகத் தயாராக இருக்க வேண்டும். இதற்கென சோவியத் இராணுவ ஆயுதங்களைப் பெரிய அளவில் கோரினார் அமீன். அந்தக் கோரிக்கை உடனே ஏற்கப்பட்டது. ஆனால் சோவியத் அதிகாரிகள் பலவிதமான மேம்பட்ட ஆயுதங்களைப் பயன்படுத்த ஆப்கானிஸ்தானுக்குப் பயிற்சி அளிக்க சோவியத் இராணுவ வல்லுநர்கள், பயிற்றுவிப்பாளர்களின் இருப்பு தேவை என்பதை அறிவித்தனர்.

7 ஜூலை 1979இல், விமானத் தொழில்நுட்ப வல்லுநர் வேடமிட்ட ஒரு சோவியத் படை காபூலுக்கு வடக்கே, பக்ராம் விமான தளத்தில் தரையிறங்கியது. சோவியத் விமானம் தரையிறங்கிய விமானநிலையத்தைப் பாதுகாப்பதற்காகவும் ஆப்கானிஸ்தானுக்கு உதவி சரக்குகளையும் கொண்டு வந்தது. நிலைமை மோசமாகிவிட்டால் சோவியத் வல்லுநர்களும் ஆலோசகர்களும் தங்கள் குடும்பங்களுடன் தங்கியிருக்கக்கூடிய ஒரு அதியுயர் பாதுகாப்பகமாக அந்த இடம் விரைவில் மாறியது. டிசம்பர் 6க்குள் வெறும் சிலதாக இருந்த படையின் எண்ணிக்கை 2,500 ஆக அதிகரித்தது. புதிய சோவியத் தூதுவர் ஃபிக்ரத் ஏ. தபியேவிடம் அமீன் இதற்கான விளக்கத்தைக் கோரினார். எல்லையில் ஏகாதிபத்தியவாதிகளின் அதிகரித்த செயல்பாட்டிற்குப் பதிலளிப்பதற்காக என்று தபியேவ் பதில் கூறினார். ஆப்கானியர்களுக்கு ஆயுதங்களைப் பயன்படுத்துவதில் பயிற்சி அளிக்க சோவியத் வல்லுநர்கள் அடித்தளத்தில் இருந்ததாகவும் தபியேவ் கூறினார். அமீன் கவலைப்பட்டதாகத் தோன்றினாலும் எந்தக் கருத்தையும் தெரிவிக்கவில்லை.

டிசம்பர் 18 அன்று, பாக்ராம் விமானத் தளத்தின் தளபதி ஏ. எச். ஹக்கீமி, 1968இல் செக்கோஸ்லோவாக்கியாவில் செய்ததைப் போல, சோவியத்துகள் ஏதோ செய்யப்போவது போல் தான் கருதுவதாக அமீனுக்குத் தெரிவித்தார். விரைவில் எல்லாம் சரியாகிவிடும் என்று அமீன் கூறினார். பாகிஸ்தானின் வெளியுறவு அமைச்சர் ஆகா ஷாஹியுடனான தனது திட்டமிடப்பட்ட சந்திப்பின் முடிவு குறித்து அமீன் நம்பிக்கையுடன் இருந்தார். சந்திப்பு

நடைபெறவில்லை. காபூல் பகுதியின் கட்டளை அதிகாரிகளுடன் இராணுவத்திலுள்ள அரசியல் அதிகாரிகளையும் தேசியப் பாதுகாப்பு அமைச்சகத்தின் தலைமையகத்திற்கு அழைக்க அமீன் திட்டமிட்டார். ஆப்கானிஸ்தான் மீதான சோவியத் அணுகுமுறை மாறிவிட்டது என்றும் அனைத்து முக்கியமான விஷயங்களிலும் அவர்கள் அவருடைய உத்தரவின் பேரில் மட்டுமே செயல்பட வேண்டுமென்றும் அவர் அவர்களிடம் சொல்ல விரும்பினார். ஆனால், திட்டமிடப்பட்ட சந்திப்புக்குச் சில மணிநேரங்களுக்கு முன்பு, சோவியத் சமையல்காரரும் பணியாளர்களும் அமீனுக்கு விஷமூட்டிய உணவைக் கொடுத்தனர்.

06

மார்ச் 30, 1979இல், அமெரிக்க மத்திய உளவு அமைப்பின் முன்னாள் இயக்குநர் ராபர்ட் கேட்ஸ் கலந்து கொண்ட ஒரு கூட்டத்தில் பாதுகாப்புத் துணைச் செயலர் வால்டர் ஸ்லோகாம்பே கேட்டார், "ஆப்கானியக் கிளர்ச்சியில் நம் தலையீட்டுக்குப் பெறுமதி இருக்கிறதா?"

"நாங்கள் முஜாஹிதீன்களை ஆதரிக்க வேண்டும்" என்று ஜூலை 3, 1979இல் உத்தியோகப்பூர்வ முடிவை அமெரிக்க அதிகாரிகள் நிறைவேற்றினார்கள். அந்த முடிவை நோக்கி, அமெரிக்கா விரைவில் கிளர்ச்சியாளர்களுக்கு உதவிகளை அனுப்பியது.

உண்மையில் 1950களிலிருந்து ஆப்கானிஸ்தானின் தொடர்ச்சியான நவீனமயமாக்கும் திட்டங்களில் அமெரிக்காவும் சோவியத் யூனியனும் ஈடுபட்டுவந்திருக்கின்றன.

சோவியத் யூனியன் சலாங் சுரங்கப்பாதையைக் கட்டியது. இது வடக்கு ஆப்கானிஸ்தானைக் காபூலுடன் இணைத்தது. தெற்கு ஆப்கானிஸ்தானில் அணைகள் கட்டுவது குறித்த நீர்ப்பாசனத் திட்டத்தையும் விவசாயத் திட்டமாக இருந்த ஹெல்மண்ட் பள்ளத்தாக்குத் திட்டம் என அழைக்கப்படுவதிலும் அமெரிக்கா ஈடுபட்டது. 1950களிலும் 1960களிலும் இவ்விரு நாடுகளும் கணிசமான தொகையை ஆப்கானிஸ்தானின் அபிவிருத்திக்கு வழங்கியிருக்கின்றன.

ஆப்கானிஸ்தானிற்கு இவ்விரு பெரிய சக்திகள் இரண்டினாலும் கிடைத்த பெருந்தொகைப் பணம் நாட்டிற்குள் முறையான இராணுவ உறவாகக் களம் அமைக்கிறது.

1970-களில் எந்தவொரு இராணுவ விரிவாக்கத்தையும் ஆதரிக்க அமெரிக்கா முதலில் தயங்கியது. தாவூத் கான் சோவியத் யூனியனுடன் மேலும் மேலும் கூட்டணி வைக்கத் தொடங்குகிறார். அவர் ஒரு நட்புறவை ஏற்படுத்த முயற்சிக்கிறார். அவர் பயன்படுத்தும் மிகவும் பிரபலமான சொற்றொடர் ஒன்றுள்ளது:

'அமெரிக்காவின் சிகரட்டை சோவியத்தின் லைட்டர் கொண்டு பற்ற வைக்கும்போது நான் மிகவும் மகிழ்ச்சியடைகிறேன்.'

இது உண்மையில் முரணான, சங்கடமான பனிப்போர் உறவை மேம்படுத்துவதற்கான அவரது முயற்சியைப் பேசுகிறது. ஆனால் சோவியத் யூனியனுடனான அவரது நட்பு அமெரிக்காவை மிகவும் பதட்டப்படுத்தியது.

1978ஆம் ஆண்டில், 'புகழ்பெற்ற சவுர் புரட்சி' தாவூத் கானை அதிகாரப்பூர்வமாகத் தூக்கி எறிந்தது. மார்க்சிஸ்ட்-லெனினிஸ்ட் அரசாங்கம் நிறுவப்பட்டு ஆப்கானிஸ்தான் ஜனநாயகக் குடியரசாக மாற்றம் கண்டது. சோசலிச எதிர்ப்புப் புரட்சியில் ஈடுபட்டிருந்த குழுக்களுக்கு அமெரிக்கா உதவி செய்யத் தொடங்குகிறது. கம்யூனிச எதிர்ப்பு இயக்கத்துடன் தன்னை இணைத்துக் கொண்டு கிளர்ச்சித் தீயிற்கு எண்ணெய் வார்ப்பதில் திறமையான வெளியுறவுக் கொள்கையாளர்களை அமெரிக்கா தாராளமாகக் கொண்டிருந்தது.

அமெரிக்க அரசாங்கத்தில் இருந்த முன்னாள் தேசியப் பாதுகாப்பு ஆலோசகர் செபேக்நிய ப்ரூசெஸ்ன்கி (Zbigniew Brzezinski) இதில் ஈடுபடுவதில் மிகவும் ஆர்வமாக இருந்தார். நாங்கள் ஈடுபட்டால் சோவியத் யூனியன் ஈடுபட வேண்டுமென்று நினைக்கும் மற்ற இராணுவத் தலைவர்களும் இருந்தனர். அதனால் அவர்கள் ஒரு கலப்பு அணுகுமுறையைக் கொண்டிருந்தனர். ஆரம்பத்தில் 1978 இல் அவர்கள் கிளர்ச்சியாளர்களை ஊக்குவித்தார்கள். 1979 இல் பாகிஸ்தானின் உளவுத்துறைக்குப் பணத்தை வழங்கினார்கள். பின்னர் அவர்கள் அதை எதிர்ப்பின் கைகளில் செலுத்துகிறார்கள்.

முஜாஹதீன்களுக்கான அமெரிக்க நிதி சீராக அதிகரித்தது. ஆப்கானிஸ்தான் அமெரிக்கன் கல்வி நிதி போன்ற தீங்கற்ற பெயரிடப்பட்ட பரப்புரைக் குழுக்களால் முஜாஹிதீன்கள்

செறிவூட்டப்பட்டனர். இரகசிய பிரச்சாரத்திற்கான மேலதிக ஒதுக்கீடுகள் 1985 க்குள் $ 250 மில்லியனை ஆண்டுதோறும் எட்டியது. கடும்போக்கு இஸ்லாமியக் குழுக்கள் எப்போதுமே பெருமளவு நிதியுதவிகளைப் பெற்றன. அமெரிக்கப் பணத்தின் மூன்றில் ஒரு பங்கு மத ஆர்வலர்களுக்கே சென்றது.

முஜாஹிதீன்கள் ஆப்கானிஸ்தான் மக்கள் ஜனநாயகக் குடியரசின் அடக்குமுறையின் விளைவாக வெளிப்பட்ட ஒரு வகை எதிர்ப்பு வடிவம். இந்த இடத்தில் ஒரு விடயம் கவனிக்கப்படவேண்டியது. முஜாஹிதீன்கள் ஒரு குழு அல்ல. முஜாஹிதீன்களைப் பற்றிப் பேசப்படும் இடங்களில் அது ஒரு குழுவாகவே பெரும்பாலும் கவனிக்கப்படுகின்றது. ஆனால் அவர்கள் உண்மையில் நான்கு வெவ்வேறு வகையான தன்மை அல்லது கொள்கை/ நிலை கொண்டவர்களாக இருந்தார்கள்.

ஏலவே குறிப்பிடப்பட்டதுபோல முஜாஹிதீன்கள் மிகவும் ஒழுங்கமைக்கப்பட்ட குழுக்கள். ஜிஹாதி சித்தாந்தத்தில் பயிற்சி பெற்ற குல்புதீன் ஹேக்மத்யார் போன்றவர்களின் தலைமையிலான இஸ்லாமியப் பிரிவுகளும் முஜாஹிதீன்களாக இருந்தார்கள். குல்புதீன் ஹேக்மத்யார் ஒரு இஸ்லாமிய அரசாங்கத்தைப் பார்க்க விரும்புகிறார். இவர் அரக்கத்தனமான கொடூர பிற்போக்குத்தனத்தின் வடிவம். உண்மையில், சோவியத் படையெடுப்புக்கு முன்பே, அவர் பெணகளுக்கு எதிராகத் தொடர்ச்சியான கொடூரமான அமிலத் தாக்குதல்களை நடத்தினார். முஜாஹிதீன்களில் இது மிகவும் விரும்பத்தகாத பாத்திரம் அல்லது வகை.

மிதவாதியான அஹ்மத் ஷா மசூத்தின் வழியிலானவர்களும் முஜாஹிதீன்களில் இருந்தார்கள். அஹ்மத் ஷா மசூத் பெண்கள் மீது ஆசிட் தாக்குதல்களை நடத்தவில்லை. ஒரு வகை கட்டுப்பாடுகள் கொண்ட சமத்துவப் பார்வையுடனான இஸ்லாமியக் குடியரசு இவரது கொள்கையாய் இருந்தது. ஆப்கானிஸ்தான் நாட்டில் நிகழ்ந்து கொண்டிருந்த எதேச்சாதிகார ஆட்சியை விட இஸ்லாமியக் குடியரசு சிறந்ததென்று பிரஸ்தாபிக்கிறார்.

ஆனால், கடும்போக்குக் கொள்கையுடைய குல்புதீன் ஹேக்மத்யார் மிதவாதியான அஹ்மத் ஷா மசூத்துடன் கூட்டணி வைத்துள்ளார். இவர்கள் இருவருக்கிடையில் பல்வேறுபட்ட கருத்தியல் வேறுபாடுகள் இருந்தபோதிலும், தங்களை இணைத்துக்

கொள்கிறார்கள் அல்லது குறைந்தபட்சம் கம்யூனிஸ்ட் அரசாங்கத்திற்கு எதிராக இணைகிறார்கள்.

முஜாஹிதீன்களின் மற்றொரு பகுதியாக இடதுசாரிகளும் உள்ளனர்; இந்த அரசாங்கத்தால் அதிருப்தி அடைந்த மாவோயிஸ்டுகளும் கம்யூனிஸ்ட்டுகளும். முஜாஹிதீன் கம்யூனிஸ்ட் கட்சியின் சொந்த இராணுவத் தளபதிகளாலும் அரசாங்கத்திலிருந்து விலகிய இளம் இராணுவத் தளபதிகளின் குழுவாகவுமே தொடக்கத்திலிருந்தது. அவர்கள் அரசாங்கத்திற்கு எதிராக கிளர்ச்சி செய்வதையே நோக்கமாகக் கொண்டிருந்தார்கள். குல்புதீன் ஹேக்மத்யார் போன்ற கடும்போக்குவாதிகள் எதிர்ப்பு இயக்கத்தின் வடிவத்தை முற்றிலுமாக மாற்றி இஸ்லாமியக் குடியரசை நோக்கி நகர்த்துகின்றனர்.

முஜாஹிதீன்களின் இன்னொரு வடிவமும் இருந்தது. இவர்கள் சாதாரண மக்கள். தங்களுக்குக் கிடைக்கும் ஆயுதங்களை எடுத்துச் சண்டையிட்டு எதிர்க்கின்றவர்கள். இவர்களுக்கு ஒரு சித்தாந்தம் இல்லை. அரசாங்கம் எப்படி இருக்க வேண்டும் அல்லது அரசாங்கம் என்ன செய்ய வேண்டுமென்று குறிப்பிட்ட பார்வை எதுவும் இல்லை. ஆட்சியிலுள்ள அரசாங்கம் அடக்குமுறையானது என்பதை அவர்கள் உணர்கிறார்கள் அல்லது அவர்கள் மகிழ்ச்சியடையாத வகையில் விஷயங்கள் மாற்றப்படுவதை எதிர்க்கிறார்கள். முஜாஹிதீன்களில் இந்த வகை கொஞ்சம் மெதுவான இயங்குநிலை கொண்ட வடிவமாக இருக்கிறது. சோவியத் படையெடுத்தவுடன் இந்தச் சாதாரண மக்கள் குழு வியத்தகு முறையில் வளர்ந்து இது முஜாஹிதீன்களின் பெரும்பகுதியாகியது.

சோவியத் இருக்கும்போது மட்டுமே வெவ்வேறு குறிக்கோள்களைக் கொண்ட குழுக்களின் கூட்டணி பற்றிப் பேசுகிறோம். சோவியத் போனவுடன் இந்தக் குழு தங்களுக்குள் மாறிவிடும். மேலும் 1990களில் உள்நாட்டுப் போரைப் பார்க்க நேரிடும்.

'நாங்கள் முஜாஹிதீனை உருவாக்கினோம்' என்று அமெரிக்க அதிகாரிகள் பெருமையுடன் தங்கள் முதுகில் தட்டிக்கொள்வது ஒரு மிகைப்படுத்தலான செயல். முன்னாள் தேசியப் பாதுகாப்பு ஆலோசகர் செபேக்நிய ப்ரூசெஸ்ன்கியின் (Zbigniew Brzezinski) சொந்தக் கூற்றுகள், சொற்பொழிவுகள் பல இவ்வாறு இருக்கின்றன. உண்மையில், கோப்புகளைப் பார்க்கும்போது இந்தக் கூற்று உண்மையல்ல. ஆப்கானிஸ்தானில் அமெரிக்காவின் ஈடுபாடு

சீரற்றது. அமெரிக்கா முஜாஹிதீன்களுக்கு நிதியளித்ததினால் மட்டுமல்ல எல்லா வழிகளிலுமே அது சீரற்றதாயிருக்கிறது. உண்மையில் முஜாஹிதீன்களை அமெரிக்கா சுரண்டுகிறது. முஜாஹிதீன்களைத் தங்களுக்குச் சாதகமாகப் பயன்படுத்துகிறது. மேலும் அவர்கள் பாகிஸ்தானின் இன்டர்-சர்வீசஸ் இன்டலிஜென்ஸ் (ISI) மூலம் பணம் செலுத்துகிறார்கள். ஆனால் அந்தப் பணம் பெரும்பாலும் முஜாஹிதீன்களின் மிகவும் ஒழுங்கமைக்கப்பட்ட கடும்போக்குக் குழுக்களின் கைகளுக்குச் செல்கிறது.

முஜாஹிதீன்களாக இருந்த சாதாரண மக்களை CIA அல்லது பாகிஸ்தானின் ISI கண்டுகொள்ளவில்லை. அவர்களுக்குப் பயிற்சிகளுமில்லை. வீடுகளில் துப்பாக்கிகளை வைத்திருக்கும் இந்தச் சாதாரண மக்கள் வகை முஜாஹிதீன்களால் CIAக்கோ ISIக்கோ பயனில்லை. ஆனால், துரதிருஷ்டவசமாக மிகவும் ஒழுங்கமைக்கப்பட்ட பிற்போக்குக் கூறுகளைக் கொண்டிருந்த குல்புதீன் ஹேக்மத்யார் போன்ற மிகவும் ஆபத்தான இஸ்லாமியர்களே நிதி பெற்றனர். பயிற்சி உதவிகளையும் பெற்றனர்.

ஆப்கானியர்களுக்குப் பயிற்சியளிப்பது மிகவும் கடினமென்று புகார் செய்யும் சிஐஏ (CIA) ஆவணங்கள் கூட உள்ளன. ஏனென்றால் அவர்கள் வெவ்வேறு நேர உணர்வுடன் செயல்படுகிறார்கள். அமெரிக்க ராணுவம் ஏற்பாடு செய்யும் விதத்தில் இவர்கள் செயற்பாடுகளை ஒழுங்கமைக்கமாட்டார்கள். மத்திய கிழக்கு கலாச்சாரம், மத்திய ஆசிய கலாச்சாரம் அல்லது கிழக்கு ஆசிய கலாச்சாரம் தெரிந்த எவருக்கும் தெரியும். ஒரு திருமணம் மாலை 7 மணிக்குத் தொடங்குகிறது என்று சொன்னால், அது இரவு 9 மணிக்குத் தொடங்கும். முஜாஹிதீன்கள் ‘நாங்கள் 08.00 மணிக்குத் தொடங்கப் போகிறோம்’ என்பார்கள். ஆனால், அவர்கள் அதைத் தங்கள் சொந்த நேரத்தில் செய்வார்கள்.

இந்த ஒழுங்கற்ற பிற்போக்குத்தனமான கூறுகளைக் கொண்டவர்களுடன்தான் அமெரிக்கா கூட்டணி வைக்கிறது. கம்யூனிச அரசை எதிர்ப்பதற்கு எந்த எல்லைக்கும் இறங்கும் போக்குடன் அமெரிக்கா இருந்ததையே இது காட்டுகிறது. மேலும், அமெரிக்கா சில பயங்கரமான தவறுகளைச் செய்கிறது. அமெரிக்கா செய்து முடித்தவற்றில் ஒன்று, எகிப்து கைது செய்த இஸ்லாமியர்கள் குழுவை விடுவிக்க அழுத்தம் கொடுக்கிறது.

எகிப்தில் கைது செய்யப்பட்டு பின்னர் விடுவிக்கப்பட்ட இஸ்லாமியர்களில் ஒருவர் அய்மான் அல்-ஜவாஹிரி. இவர் அல்-காய்தாவின் இரண்டாவது தளபதி.

வேறு நாடுகளிலிருந்து தீவிரப்போக்குடைய போராளிகளை இறக்குமதி செய்து அழைத்து வருவதன் மூலம் முஜாஹிதீன்களை வலுப்படுத்தும் முயற்சி முன்னெடுக்கப்பட்டது. ஆனால் அவர்கள் அரபு ஆப்கானியர்கள் அல்லது அரபு முஜாஹிதீன்கள் என்று அழைக்கப்படும் வழக்கத்தைக் கொண்டுவரத் தொடங்குகிறார்கள். இவர்கள் எகிப்தின் முஸ்லிம் சகோதரத்துவத்தைச் சேர்ந்தவர்கள், இவர்கள் யேமனைச் சேர்ந்தவர்கள், சவுதி அரேபியாவைச் சேர்ந்தவர்கள் இப்படியாக.

இங்கே ஓர் உறவு கவனக்குறைவாக அல்லது வேண்டுமென்றே கட்டமைக்கப்படுகின்றது. பாகிஸ்தான் உளவுத்துறைச் சேவைகளூடாக அமெரிக்கா, முஜாஹிதீன்களின் மிகவும் ஒழுங்கமைக்கப்பட்ட கூறுகளுடன் கூட்டணி வைத்திருக்கும் வெளிநாட்டுப் போராளிகளின் குழுவுக்கே நிதியுதவி அளிக்கிறது. இதன் விளைவு அமெரிக்காவும் சோவியத் யூனியனும் தங்கள் செல்வாக்கைத் திரும்பப் பெற்றவுடன் ஆப்கானிஸ்தான் உள்நாட்டுப் போரில் விழும். அந்த உள்நாட்டுப் போரில் அல்கொய்தாவும் தாலிபான்கள் இருவரும் பிறப்பார்கள். (எதிர்காலம்)

1980களின் முற்பகுதியில், பாகிஸ்தான் ஊடாக அளிக்கப்பட்ட உதவிகள் கணிசமான எண்ணிக்கையிலான சர்வதேசத் தொண்டர்களையும் உள்ளடக்கியது. பல முஸ்லிம் நாடுகள், குறிப்பாக மத்திய கிழக்கு நாடுகள், ஆப்கானிஸ்தானைக் கம்யூனிசத்திற்கும் முதலாளித்துவத்திற்கும் இடையிலான மோதலாக மட்டுமல்லாமல், நடுத்தர வர்க்கத்தின் விரக்தியடைந்த மத ஆர்வலர்களுக்கும் வசதியான பாட்டாளி வர்க்கத்திற்குமான அரசியல் திணிப்புத் தளமாகவும் பார்க்கத் தொடங்கின.

அமெரிக்க மத்தியப் புலனாய்வு மையம் (CIA) பாகிஸ்தானின் இன்டர்-சர்வீசஸ் இன்டலிஜென்ஸ் (ISI) இன் தீவிர ஊக்கத்துடன், ஆப்கானிஸ்தான் ஜிஹாத்தை சோவியத் யூனியனுக்கு எதிராக அனைத்து இஸ்லாமிய நாடுகளும் நடத்திய உலகளாவிய போராக மாற்ற விரும்பியது. 1982 - 1992க்கும் இடைப்பட்ட காலத்தில் 40 இஸ்லாமிய நாடுகளைச் சேர்ந்த 35,000 இஸ்லாம் மதத்தீவிரவாதிகள் ஆப்கானிஸ்தான் போராளிக் குழுக்களில் இணைந்தனர். மேலும்

ஆயிரக்கணக்கானோர் உலகெங்கிலுமிருந்தும் பாகிஸ்தான் மதரஸாக்களில் படிக்க வந்தனர். இறுதியில், 100,000க்கும் மேற்பட்ட வெளிநாட்டு இஸ்லாம் மதத்தீவிரவாதிகள் ஆப்கான் ஜிஹாத் மூலம் நேரடியாகத் தாக்கத்தை ஏற்படுத்தினர். சட்டவிரோத நடவடிக்கைகளுக்காக அல்லது ஏதேனும் காரணங்களில் சொந்த நாடுகளில் தேடப்படுவோர் பட்டியலில் இருந்தவர்களும் இந்த எண்ணிக்கையில் அடங்குவர்.

அமெரிக்க மத்திய புலனாய்வு மையம் (CIA) பாகிஸ்தானின் இன்டர்-சர்வீசஸ் இன்டலிஜென்ஸ் (ISI) கூலிப்படைகள் உலகெங்கிலுமுள்ள மத ஊக்கமுள்ள தன்னார்வலர்களை ஆட்சேர்ப்பு செய்யும் திட்டத்தையும் ஆதரித்தது. 1988 வாக்கில், நியூயார்க், டெட்ராய்ட், சான் பிரான்சிஸ்கோ உட்பட பல அமெரிக்க நகரங்களில் ஆட்சேர்ப்பு மையங்கள் இருந்தன.

இதற்கு முன், ஒசாமா பின்லேடனை ஆப்கானிஸ்தானுக்கு அவரது நண்பர் சவுதி உளவுத்துறை தலைவர் இளவரசர் துர்கி அழைத்துச் சென்றார். இளம் பின்லேடன், உயரமான கம்பீரமான பக்தியுள்ள அத்துடன் பணக்கார இளைஞன். உண்மையான சவுதி இளவரசருக்குண்டான தகைமை பொருந்திய ஓர் ஆளுமை. ஆப்கானிஸ்தானில் பின்லேடனின் பணிகள் உள்கட்டமைப்பு ஒழுங்கமைத்தல், முஜாஹிதீன்களுக்கான ராணுவத் தளவாடங்களை ஒருங்கிணைத்தல், தொழில்நுட்ப உதவி, நிதியை ஒதுக்குதல் அத்துடன் சண்டையிடுதலும். சர்வதேசத் தொண்டர்களின் தலைவர்களில் ஒருவராக, பின்லேடன் மற்ற ஆள்சேர்ப்பவர்களைக் கண்காணித்து அவர்களின் அடையாளங்களையும் தொடர்புத் தகவல்களையும் பதிவு செய்தார். இந்தப் பட்டியலில் இருந்தே அல்கொய்தா தோன்றியது.

இருப்பினும், எந்த ஒரு ஆளுமையையும் அமைப்பையும் விட முக்கியமாகக் கவனிக்கப்படவேண்டியதாக இருந்தது உலகம் முழுவதிலுமிருந்து ஆப்கானிஸ்தான் போரின் தீயைக் கடக்க வந்த கோபமடைந்த அந்நியப்படுத்தப்பட்ட இளைஞர்களின் எண்ணிக்கை. 1990 களின் முற்பகுதியில் நவீன தாராளமயக் கொள்கைகள், கொடூரமான அரசாங்க அடக்குமுறைகள், தெளிவான மதத்தால் உருவாக்கப்பட்ட வறுமையால் சம பாகங்களில் தூண்டப்பட்ட குறைந்த தீவிரம் கொண்ட மோதல்களின் அலையைக் கொண்டு வந்தது.

சூழ்ச்சிகளின் நிலம் 47

07

இரண்டாம் உலகப் போரின் முடிவிலிருந்து அமெரிக்க வெளியுறவுக் கொள்கையின் மாறுபாடுகளைப் புரிந்துகொள்ள வேண்டுமெனில் அமெரிக்க ராணுவமும் சிஐஏவும் அமெரிக்க அரசாங்கத்தின் பிற கிளைகளும் உலக மக்களுக்குச் செய்தவற்றைக் கணக்கில் எடுக்க வேண்டும்.

இரண்டாம் உலகப் போரின் முடிவில், 40 வயதைக் கடந்த ஒவ்வொரு அமெரிக்கரும் சுமார் 25 வருட காலத்தை கம்யூனிச எதிர்ப்புக் கதிர்வீச்சுக்கு உட்படுத்தப்பட்டனர் என்று அமெரிக்க எழுத்தாளரும் அமெரிக்க வெளியுறவுக் கொள்கையின் விமர்சகருமான வில்லியம் ஹென்றியின் கருத்து கம்யூனிசத்திற்கு எதிரான போருக்கு அமெரிக்க மூலதனத்தின் செல்வம், சலுகைக்கு அச்சுறுத்தலைத் தவிர வேறெந்தக் காரணமும் தேவையில்லை என்பதை அது எவ்வளவு அழுத்தமாகத் தொடர்ந்து இயங்கியுள்ளது என்பதையும் காட்டுகின்றது.

உலகப் போருக்குப் பிந்தைய காலகட்டத்தில் எல்லா இடங்களிலும் கம்யூனிசத்தின் தீமையை எதிர்த்துப் போராடும் நேர்மையான அமெரிக்க சூப்பர்மேன்களை உருவாக்கும் தார்மீகத் தேவையின் இழிந்த பிரச்சாரப் பயிற்சியிலிருந்து பட்டம் பெற்ற அமெரிக்க நடுத்தர வயது கொள்கை வகுப்பாளர்கள், இராஜதந்திரிகள் உலகம் 'கம்யூனிஸ்டுகள்' - 'கம்யூனிஸ்ட் விரோதிகள்' ஆகிய இரண்டு ஜன்னல்கள் வழியாக மட்டுமே தனிநபர்கள், இயக்கங்கள், நாடுகள் அனைத்தையும் பார்த்தனர்.

சோவியத் யூனியனுக்கும் அமெரிக்காவுக்கும் இடையிலான உறவுகள் சித்தாந்த, அரசியல், பொருளாதாரக் காரணிகளின் சிக்கலான இடைவெளியால் உந்தப்பட்டன. இது பல ஆண்டுகளாக எச்சரிக்கையான ஒத்துழைப்புக்கும் அடிக்கடி கசப்பான வல்லரசான போட்டிக்கும் இடையே மாற்றங்களுக்கு வழிவகுத்தது. இரு நாடுகளின் அரசியல் அமைப்புகளிலுள்ள வித்தியாசமான வேறுபாடுகள், முக்கியக் கொள்கை சார்ந்த பிரச்சினைகளில் பரஸ்பர புரிதலை அடைவதைத் தடுத்தன.

முதலாம் உலகப் போரிலிருந்து ரஷ்யாவை வெளியேற்றியதற்காக அமெரிக்க அரசு சோவியத் தலைவர்களுக்கு ஆரம்பத்தில்

விரோதமாக இருந்தது. மேலும் கம்யூனிசத்தை அடிப்படையாகக் கொண்ட ஒரு அரசுக்கு எதிராகவும் இருந்தது.

அமெரிக்க வெளியுறவுக் கொள்கையின் சொந்தக்காரர்களைப் பொறுத்தவரை ஆப்கானிஸ்தானில் கம்யூனிச ஆட்சி தோன்றக்கூடாது. முளையிலேயே கிள்ளி எறியவேண்டும். இந்த நோக்கத்தை அடைய உள்ளக ரீதியான எதிர்ப்புப் போராட்டங்கள் இன்னும் வசதியாகப் போய்விட்டது.

அடிப்படையில் அமெரிக்கா ஒரு முதலாளித்துவ நாடு. எனவே, அது பொதுவுடமைக் கொள்கையை எதிர்ப்பதைத் தார்மீகமாகக் கருதியது. ஆப்கானிஸ்தானியர்கள் ஏன் கம்யூனிச ஆட்சியை எதிர்க்க வேண்டும்? ஏனெனில் கம்யூனிச ஆட்சி எல்லா இன, மத, மொழி பேசுகின்ற மக்களையும் சமமாக நோக்குவது. போலவே கல்வியையும் சமத்துவத்தையும் அடிப்படையாகக் கொண்டது. இந்த இடத்தில் ஆப்கானிஸ்தானில் கிளம்பிய எதிர்ப்புகள் உண்மையில் கம்யூனிசம் என்கின்ற கொள்கையை எதிர்த்தா அல்லது ஆட்சியின் ராணுவ அதிகாரம், வன்முறைகளை எதிர்த்தா?

இரண்டு விடயங்கள் இந்தக் கேள்விக்கான தெளிவைத் துல்லியமாகத் தரக்கூடியவையாக உள்ளன.

முதலாவது, கம்யூனிசக் கொள்கையை மக்கள் விரும்பவில்லை எனப்படும் காரணங்களுக்கான வலுவான அடிப்படை ஆதாரங்கள் இல்லை. காரணம், கம்யூனிசம் பற்றிய தத்துவார்த்த விளக்கங்களோ விழிப்புணர்வோ அவ்வளவு பரவலாக ஆப்கானிஸ்தான் மக்களைச் சென்றடைந்திருக்கவில்லை. அதற்கான முயற்சிகள் இடம்பெற்றிருக்கவுமில்லை. ஒரு கம்யூனிச ஆட்சியை நிறுவுவதில் அக்கறை காட்டியளவு அரசியல் தலைவர்கள் யாரும் அந்த ஆட்சியை மக்களுடன் இணைப்பதற்கான செயற்பாடுகளில் கவனத்தைக் குவித்திருக்கவில்லை. ஆட்சி அதிகாரங்களைக் கைப்பற்றுவதற்கான ஒரு மூலதனமாக மட்டுமே ஆப்கானிஸ்தான் அரசியலில் கம்யூனிசம் பயன்படுத்தப்படுகின்றது. சோவியத்திடமிருந்த ஆயுத பலத்தின் மீது ஆப்கானிஸ்தான் நாட்டு ஆட்சியாளர்களுக்கு இருந்த ஆர்வத்தைவிடவும் குறைந்த ஆர்வமே அவர்களுக்கு கம்யூனிசத்தில் இருந்தது.

இரண்டாவது, அரசாங்கத்தை எதிர்த்துக் கிளர்ச்சியில் இறங்கிய முஜாஹிதீன்களில் இடதுசாரிகளும் இருந்தார்கள். அவர்களுக்கு ஆட்சியின் முறைமையில் இருந்த கோளாறின் மீதே வெறுப்பு

சூழ்ச்சிகளின் நிலம் ◉ 49

இருந்தது. அதனை மாற்றியமைக்க வேண்டும் என்றே அவர்கள் விரும்பினார்கள். அவர்களிடம் கம்யூனிச வெறுப்பு இல்லை.

அமெரிக்கா, பாகிஸ்தான் உளவுதுறைக்கூடாக ஆயுதத் தளவாடங்களும் ஆள்சேர்ப்புக்கான உதவிகளும் பணமும் அளித்துத் தூண்டப்பட்ட முஜாஹிதீன்கள் (பிரிவுகளின் வகைகள் முன்னைய பகுதிகளிலும் ஆராயப்பட்டன) அந்நிய சக்தியொன்றின் துணையிலான ஆட்சியில் மட்டும் வெறுப்பு கொண்டவர்கள் இல்லை. அவர்கள் கம்யூனிசச் சித்தாந்தத்தின் மீதும் வெறுப்பு கொண்டவர்கள். இவர்கள் 'இஸ்லாமியரின் நாடு எனப்படுவது புனித இஸ்லாமிய ஆட்சி நிலவும் இடம்' என்று கருதுகின்றவர்கள். இவர்களது அரசியல் கம்யூனிசத்தின் சித்தாந்தங்களுக்குப் பாரதூரமானது. இது தீவிர இஸ்லாம் நம்பிக்கையாளர் சிலரதோ அல்லது ஒரு குழுவினதோ கொள்கை என்பதற்கும் இல்லை. அரபுலகின் ஆட்சி அதிகாரங்களையும் அரசியல் முறைமைகளையும் கவனித்தால் இது தெளிவுபடும்.

ஆப்கானிஸ்தானில் இஸ்லாமிய இயக்கம் தோன்றிய கதையானது இஸ்லாமிய உலகில் மற்ற இடங்களைப் போலவே நவீனமயமாக்கல் திட்டங்களுக்கான எதிர்வினையின் ஒரு கதை.

மேற்கத்திய கொள்கை ஸ்தாபனத்தில் லேசான அக்கறை கொண்ட வல்லுநர்கள் 'நெருக்கடியின் புதிய வளைவு' பற்றி எழுதத் தொடங்கினர். *1970*களில் *Zbigniew Brzezinski* என்பவரால் உருவாக்கப்பட்ட இந்தச் சொற்றொடர், முதலில் மத்திய கிழக்கில் சோவியத் விரிவாக்கத்தின் கற்பனையான சாத்தியத்தைக் குறிக்கிறது. உண்மையான 'நெருக்கடியின் வளைவு' மிகவும் பரந்ததாக இருந்தது. ஆப்கானியப் போருக்குப் பிறகு இஸ்லாமியர்கள் சிதறி, ஜார்ஜியா, அப்காசியா, செச்சன்யா, தஜிகிஸ்தான், அல்ஜீரியா, எகிப்து அத்துடன் போஸ்னியாவிலும் துப்பாக்கியை எடுத்தனர்.

*1986*ஆம் ஆண்டில், ஆப்கானிஸ்தான் போர் உலகளாவிய ஜிஹாதின் தீவிரத்திற்கு மூன்று வழிகளில் ஊட்டமளித்தது.

முதலில், அமெரிக்கா முஜாஹிதீன்களுக்கு சோவியத் விமான சக்தியைப் பெரிதும் முடக்கும் ஸ்டிங்கர் விமான எதிர்ப்பு ஏவுகணைகளை வழங்கியது. இரண்டாவதாக, அமெரிக்கா, பிரிட்டனின் இராணுவ உளவுத்துறையும் *(MI-6)* , பாகிஸ்தானின் இன்டர்-சர்வீசஸ் இன்டலிஜென்ஸ் *(ISI)* சோவியத் ஒன்றியத்தின்

படைகளுக்கு எதிராக ஆயுதப் படைகளை அனுப்ப ஒப்புதல் அளித்து, 'மென்மையான இஸ்லாமிய அடிவயிற்றில்' ஆழமாக ஊடுருவின.

மூன்றாவதாக, அமெரிக்க மத்தியப் புலனாய்வு மையம் (CIA) நேரடியாக ஐஎஸ்ஐ (ISI) யின் கூலிப்படையினரையும் உலகெங்கிலுமுள்ள மத ஊக்கமுள்ள தன்னார்வலர்களையும் ஆட்சேர்ப்பு செய்யும் திட்டத்தை ஆதரித்தது.

இந்தத் தொடர்பாடல் கம்யூனிச எதிர்ப்பு புனிதப் போர்வீரர்களின் மாநில ஹெராயின் நுகர்வையும் விற்பனையையும் அமெரிக்க ஆதரவுடன் அதிகரிக்கச் செய்தது. 1980களின் நடுப்பகுதியிலிருந்து அமெரிக்காவில் போதைப் பொருள் விற்பனை ஆண்டுதோறும் 10 பில்லியன் டாலர்கள் உயர்கிறது. போதைப் பொருள் பாவனையில் அதிகப்படியான இறப்பு 1979க்கும் 1983க்குமிடையில் 93% அதிகரித்தது.

இஸ்லாமிய நாகரிகமும் மேற்கத்திய நாகரிகமும் ஒன்றுக்கொன்று பொருந்தாதவையா முரண்பாடானவையா என்பதை முடிவு காண்பதற்குள் இரண்டும் அச்சுறுத்தலான அனுமானங்களை நோக்கி நகர்கின்றன.

உலகம் திரும்பும் புள்ளியில்லாமல் அதனுடைய விதியின் உச்சத்தை அடைந்துவிட்டது என்று கூறவில்லை. அமெரிக்காவுக்கும் இஸ்லாமிய உலகிற்குமிடையிலான பொதுவான மதிப்புகள், குறிக்கோள்கள் தீவிரவாதத்தின் பின்னணியில் முக்கியமான காரணிகள். இதற்கிடையில், தேவைப்படுபவர்களுக்கும் பணக்காரர்களுக்கும் சக்திவாய்ந்தவர்களுக்கும் அதிகார வர்க்கங்களுக்குமிடையிலான இடைவெளி அதிகரித்து வருகிறது. வரலாறு முழுவதும் பணக்காரர்கள், சக்திவாய்ந்த பிரிவுகள் அமைதி, நீதி, மதம், சுதந்திரம் என்ற பெயர்களில் போர்களைக் கையாண்டு வருகின்றன.

08

இஸ்லாமிய இயக்கம் என்பது மூன்று சிந்தனையாளர்களின் கருத்துகளால் ஆக்கப்பட்டதாயிருக்கிறது. அவர்கள் முறையே அபுல் ஹசன் அலி நடவி (1913-1999), அபுல் அலா மவ்துடி (1903-79), சையது குத்ப் (1906-66) ஆகியோர் ஆவர். இவர்கள் இருபதாம் நூற்றாண்டின் மத்தியில் தங்களது முக்கியப் படைப்புகளை எழுதினர். குர்ஆனின் அடிப்படையில் எழுதப்பட்ட இவர்களது கருத்துகள் சமூகம், அரசின் அம்சங்களை உள்ளடக்கியது. இவர்கள் அரச அதிகாரத்தைக் கைப்பற்றுவதையே முக்கியக் குறிக்கோளாகக் காண்பித்தனர். இஸ்லாமியர்கள் மற்ற புரட்சியாளர்களைப் போலவே இயக்க அரசியலில் அதிகாரத்தில் அக்கறை கொண்டவர்கள். அவர்களின் பார்வையில், அல்லாஹ்வே இறையாண்மையின் ஆதாரம். அல்லாஹ்வின் கட்டளைகள் இஸ்லாத்தின் சட்டங்கள். தேசியவாதம், தாராளமயம், ஜனநாயகம், முதலாளித்துவம், சோசலிசம், கம்யூனிசம் போன்ற மதச்சார்பற்ற கருத்துகள் எதுவும் நிராகரிக்கப்படுகின்றன. சையது குத்ப் கூறியது போல் இஸ்லாம் 'மனித குலத்தின் அனைத்து வியாதிகளுக்கும் முழுமையான சிகிச்சையை அதன் தனித்துவமான வழியில் தேர்ந்தெடுத்துள்ளது.'

இஸ்லாமியர்கள் இஸ்லாமிய அடிப்படைவாத வழிகளில் சீர்திருத்தத்தை அறிமுகப்படுத்த வேண்டியதன் அவசியத்தை வலியுறுத்துகின்றனர். ஏனென்றால் சிந்தனையாளர்களின் கருத்துப்படி, இஸ்லாமிய எழுச்சிக்கு முன்பு மத அறியாமை (ஜாஹிலிய்யா) உலகில் நிலவியது. மற்ற புரட்சியாளர்களைப் போலவே இஸ்லாமியர்களும் அரசைச் சீர்திருத்தக் கருவியாகவே கருதுகின்றனர். அபுல் அலா மவ்துடி, 'அரசின் செயல்பாட்டுக் கோளம் முழு மனித வாழ்க்கையுடனும் இணைந்துள்ள அளவிற்கு உலகளாவிய சித்தாந்தம்' என்று முன்மொழிகின்றார். அத்துடன் உலகளாவிய அரசு குர்ஆன், சுன்னா (முஹம்மது நபியின் கூற்றுகள்) ஆகிய இஸ்லாத்தின் அடிப்படைச் சித்தாந்தங்களில் நிறுவுவதே அதன் நோக்கம் என்பதையும் வலியுறுத்துகிறார். மவ்துடியின் எழுத்துகளில் இது 'இஸ்லாமிய அரசு' என்று அழைக்கப்படுகிறது. அதேசமயம் சையது குத்பின் எழுத்துகளில் இது 'இஸ்லாமிய ஒழுங்கு' என்று குறிப்பிடப்படுகிறது. இரண்டுமே மனிதகுலத்தின் செயல்பாடுகளுடன் இணைந்துள்ளன. சையது

குத்பின் பார்வையில், 'இஸ்லாமியப் புரிதலிலுள்ள மதம் நவீனப் பயன்பாட்டில் காணப்படும் ஒழுங்கு என்ற சொல்லுக்கு ஒத்ததாக இருக்கிறது.'

அபுல் அலா மவ்துடி பார்வையில் இஸ்லாமிய அரசு, 'இஸ்லாத்தின் சித்தாந்தத்திலும் அதன் அடிப்படையில் நிர்வகிக்கப்படும் இறைவனின் சட்டத்திலும் நம்பிக்கை கொண்டவர்களால் மட்டுமே நடத்தப்பட வேண்டும். இஸ்லாமியச் சித்தாந்தத்தின் மீதான நம்பிக்கை மட்டும் ஒரு முஸ்லிம் அரசை நடத்துவதற்குப் போதாது. இஸ்லாமிய அரசின் நிர்வாகிகள், இந்தச் சட்டத்தைக் கடைப்பிடிப்பதற்கும் அமலாக்குவதற்கும் முழு வாழ்க்கையையும் அர்ப்பணித்தவர்களாக இருக்க வேண்டும், அவர்கள் அதன் சீர்திருத்தத் திட்டத்துடன் உடன்படுவதோடு முழுமையாக அதன் உணர்வைப் புரிந்துகொண்டிருக்க வேண்டும்' என்கிறார். மேலும், 'இந்தத் திட்டத்தை யார் ஏற்றுக்கொண்டாலும், அவர் எந்த இனம், அல்லது நாட்டைச் சேர்ந்தவராக இருந்தாலும், இஸ்லாமிய அரசை நடத்தும் சமூகத்தில் சேரலாம். ஆனால் அதை ஏற்காதவர்களுக்கு அரசின் அடிப்படைக் கொள்கையை வடிவமைப்பதில் எந்தக் கையும் இருப்பதற்கு உரிமை இல்லை. அதாவது, இஸ்லாமிய அரசில் முஸ்லிம் அல்லாத மக்கள் இஸ்லாமிய அரசை நடத்துவதில் இருந்து விலக்கப்படுகிறார்கள். ஆனால், இரண்டாம் தரக் குடிமக்களின் அனைத்து உரிமைகள், சலுகைகளைப் பெறுவதற்கான அந்தஸ்த்தைப் பெறுகிறார்கள்.'

இஸ்லாமிய அரசு எனப்படுவதன் இன்னும் பிரத்தியேகமான பண்புகளைக் கவனித்தால், நிர்வாகப் பணிகளிலிருந்து அது பெண்களைத் தடுக்கிறது. அபுல் அலா மவ்துடியின் பார்வையில், வீட்டுக்கு வெளியே சமூகத்தில் பரபரப்பான பாத்திரங்களை வகிப்பதற்குப் பெண்கள் இயற்கையிலேயே தகுதியற்றவர்கள்.

இஸ்லாமிய அரசில் முஸ்லிம் ஆண்களைப் போலவே முஸ்லிம் பெண்களும் முதல் தரக் குடிமக்களாகக் கருதப்படுகிறார்கள். ஆனால், இஸ்லாமிய அரசு மட்டுமே அவர்களின் விருப்பத்தை அடிப்படையாகக் கொண்டது. இஸ்லாமியச் சட்டங்களையும் இஸ்லாமிய அடிப்படைகளையும் நன்கு அறிந்த புத்தியுள்ள தொழில் வல்லுநர்களாகக் கருதப்படும் ஆண்கள் மட்டுமே அரசை நடத்த உரிமை பெறுகிறார்கள்.

இவ்வாறு, இஸ்லாமிய அரசு செயல்பாட்டில் உலகளாவியதாகவும் அமைப்பில் பிரத்தியேகமாகவும் இருக்க வேண்டும். மவ்துடி

இஸ்லாமிய அரசை இறையியல்-ஜனநாயகம் என்று அழைக்கிறார். ஏனெனில் அவரது பார்வையில், 'முழு முஸ்லிம் மக்களும் இறைவனால் அருளப்பட்ட குர்ஆனினதும் அல்லாஹ்வின் தூதர் முஹம்மது நபியின் நடைமுறைக்கும் ஏற்ப அரசை வழி நடத்துகின்றனர்.' இறைவனின் ஆதிக்கத்தின் கீழாக வரையறுக்கப்பட்ட மக்கள் இறையாண்மை குறித்து இவர் பேசுகிறார்.

இந்த வரையறுக்கப்பட்ட இறையாண்மை முஸ்லிம்களுக்கு அரசாங்கத்தை அமைக்கவும், அது ஷரீஆவுக்கு (இஸ்லாமியச் சட்டம்) முரணாகச் செயல்படுவதைக் கண்டால் அதனை அகற்றவும் உரிமை அளிக்கிறது. மவ்துடியின் பார்வையில், 'சட்டத்தின் விஷயங்களில் ஒரு நல்ல கருத்தை அளிக்கும் திறனும் தகுதியும் உள்ள ஒவ்வொரு முஸ்லிமும் அல்லாஹ்வின் சட்டத்தை விளக்குவதற்குத் தகுதியானவர். இந்த இறையாண்மை ஷரீஆவில் வெளிப்படையான உத்தரவு காணப்படாத அனைத்துக் கேள்விகளும் முஸ்லிம்களிடையே ஒருமித்த கொள்கையால் தீர்க்கப்படுகின்றன. ஆனால் நடைமுறை வாழ்க்கையில் வாண்மையான அறிஞர்களால் மட்டுமே சட்ட விஷயங்களில் நல்ல தீர்ப்பை வெளிப்படுத்த முடியும். பெரும்பான்மையானவர்கள் அறிஞர்களாக, சட்ட வல்லுநர்களாக மாற முடியாது என்பதால் இந்தத் துறை சமூகத்தின் ஒரு சிறிய பகுதியால் கட்டுப்படுத்தப்படுகிறது. மேலும், நாட்டின் தலைவர் பற்றிய கேள்விக்கு வரும்போது, வரையறுக்கப்பட்ட இறையாண்மை இன்னும் மட்டுப்படுத்தப்பட்டுள்ளது. ஏனெனில் ஒரு முஸ்லிம் ஆண் மட்டுமே அமீர் பதவிக்குத் தகுதியுடையவராகக் கருதப்படுகிறார். அவருக்கு ஆலோசனைக் குழு உதவ வேண்டும். மவ்துடி பெண்களுக்கு வாக்களிக்கும் உரிமையை அனுமதித்தாலும் இஸ்லாமியச் சட்டத்தின்படியாக நிரந்தரத் தொழிலாளர் பிரிவை வரையறுத்து இதில் பெண்களுக்கு உட்புறக் கடமைகள் ஒதுக்கப்படவேண்டும்' என்கிறார்.

சையத் குத்ப் மிகவும் வெளிப்படையாகவே, ஒரு பெண் மனைவியாகவும் தாயாகவும் இருப்பதன் மூலம் தனது இயற்கையான செயல்பாட்டை நிறைவேற்றும் அதே நேரத்தில் ஓர் ஆணின் செயல்பாடு அதிகாரக் கடமைகள் புரிவது, உணவு வழங்குவது, பொது வாழ்க்கையில் செயலிலுள்ள உறுப்பினராக இருப்பது என்று மட்டுப்படுத்துகிறார். அதாவது, மிகத் தெளிவாக

இஸ்லாமிய அரசு என்பது தொழில்முறையில் முஸ்லிம் ஆண்களுக்கு மட்டுமே தனிச் சிறப்பை அளிக்கிறது.

அரசு அதிகாரம் பற்றிய கேள்வியில், இஸ்லாமியர்கள் பாரம்பரியச் சீர்திருத்தவாத மதச் சிந்தனையாளர்களை விடவும் தீவிரமானவர்கள். கடந்த காலச் சீர்திருத்தச் சிந்தனையாளர்களிடமிருந்து அவர்கள் வெளியேறிய புள்ளிகளில் இதுவும் ஒன்றாகும். அரச அதிகாரம் இப்போது மிகவும் முக்கியமானதாக மாறியுள்ளதால் அதன் பறிமுதல் ஒரு குறிக்கோளாக மாற்றப்பட்டுள்ளது. இந்த நோக்கத்திற்காக, ஜிஹாத் (புனிதப் போர்) பாரம்பரியமாக மதரீதியானது. இது இறைவனுக்கான தீவிர உழைப்பாகக் கருதப்படுவது. இது காஃபிர்களுக்கு எதிராக மட்டுமல்ல, இஸ்லாத்தின் கோட்பாடுகளும் விதிகளும் புறக்கணிக்கப்பட்டால் அல்லது மீறப்படும் போது கொடுங்கோல் ஆட்சியாளர்களுக்கு எதிரானதாகவும் பார்க்கப்படுகின்றது. இந்த அர்த்தத்தில், ஜிஹாத் என்பது நிரந்தர அரசியல் போராட்டத்தின் ஒரு வடிவம். சையத் குத்ப் வாதிடுவது போல், உருவ வழிபாட்டுக் கொடுமைகளின் அடக்குமுறை சக்திக்கு எதிராக ஷரீஆவைப் பயன்படுத்தத் தடையின்றி இஸ்லாம் அனுமதிக்கிறது.

மவ்துடி, குத்ப் ஆகிய இரு சிந்தனையாளர்களும் மதக் கடமைகளிலும் ஜிஹாதை முன்னிலைப்படுத்துகின்றனர். அனைத்து முஸ்லிம் ஆண்களுக்கும், குறிப்பாக அவர்களின் மதம் தாக்குதலுக்கு உள்ளாகும் போது ஜிஹாத் ஒரு கடமை என்று வாதிடுகின்றனர். மவ்துடி ஜிஹாத் மதத் தீவிரவாதிகளால் நடத்தப்படும் ஒரு 'புனிதப் போர்' என்ற கருத்தை நிராகரிக்கிறார். ஜிஹாதை அவர் ஒரு புரட்சிகரச் சித்தாந்தம் என்கிறார். இஸ்லாத்தின் இயல்பான இயக்கத்திற்கும் இதற்கும் தொடர்பு உள்ளது என்கிறார். எல்லைகளைத் தேசிய அளவில் மட்டுமல்லாமல் பிரதேசங்களைக் கடந்த அதிகாரத்தைக் கைப்பற்றி இஸ்லாத்தை நிறுவும் உலகளாவிய குறிக்கோளுக்காக உலக முஸ்லிம்கள் ஒவ்வொருவரும் சர்வதேசப் புரட்சிகரச் சித்தாந்தத்தில் தங்கள் சக்திகளைப் பயன்படுத்தவேண்டும்.

அனைத்துப் புரட்சியாளர்களுக்கும் போலவே அரசியல் அதிகாரத்தைப் பெறுவது இஸ்லாமியர்களுக்கும் மையமான செயல்முறை.

இஸ்லாமியர்களுக்கு இஸ்லாம் ஒரு 'புரட்சிகரச் சித்தாந்தம்' - அதன் ஆதரவாளர்கள் 'புரட்சியாளர்கள்'. அவர்கள் தேர்தல் நடத்துவதையும் அரசு அதிகாரத்தை அடைவதற்கான மீதமுள்ள ஜனநாயக நடைமுறைகள் உள்ளிட்ட படிப்படியான சீர்திருத்த அணுகுமுறைகளையும் நிராகரிக்கின்றனர். அவர்கள் இந்த அணுகுமுறைகள் யாவும் மேற்கத்திய உலகின் பங்களிப்பு என்பதாகவும் இவற்றின் மீது இஸ்லாத்திற்கு எந்த அவசியமும் இல்லை என்றும் வாதிடுகின்றனர்.

சையித் குத்பின் பார்வையில், குறிப்பாக வெகுஜன ஊடகங்களின் யுகத்தில் சாதாரணப் பொதுமக்கள் நம்பமுடியாதவர்கள். அவரது பார்வையானது, அதிகாரத்தைக் கைப்பற்றுவது 'தேர்ந்தெடுத்த உயரடுக்கின்' பணி, தொழில்முறை புரட்சியாளர்களாலேயே ஆட்சி அதிகார நோக்கத்திற்காக வாழ்க்கையை அர்ப்பணிக்க முடியும். இஸ்லாத்தின் நீண்ட நடைப் பயணத்தில் ஒரு நல்ல ஆன்மாவுடைய நன்கு ஒழுங்கமைக்கப்பட்ட ஊக்கமளிக்கப்பட்ட புரட்சியாளர்கள் வெற்றி பெறாமல் இருக்க முடியாது.

சையத் குத்ப் அமெரிக்காவை வெறுத்தார். அவர் பார்வையில் அமெரிக்கா ஜாஹிலியத்துகளின் நிலம். (இஸ்லாத்திற்கு முந்தைய காலம்/ அறியாமைக் காலம்).

1948இல் அங்குள்ள கல்வி முறையைப் பயில்வதற்காக உதவித் தொகையில் அமெரிக்கா சென்றார். கொலராடோ மாநிலத்தின் கல்வியியல் கல்லூரியில் பயின்ற காலத்தில் மத முக்கிய விமர்சனத்தின் முதல் பெரிய தத்துவார்த்த படைப்பான அல்-ஆதலா அல்-இஜதிமிய்யா ஃபில்-எல்-இஸ்லாம் (இஸ்லாத்தில் சமூக நீதி), 1949இல் வெளியானது.

அவர் அங்கிருந்த காலத்தில் அமெரிக்கக் கலாச்சாரத்துடனும் அரசியல் முறைமையுடனும் எந்த வகையிலும் சமரசம் கொள்ளவில்லை. குத்பைப் பொறுத்தவரை அமெரிக்கா 'புதிய உலகின் எழுத்துப்பிழை'. வரம்பற்ற இன்ப பூமி. எகிப்தில் போலல்லாமல் கனவுகள் நனவாகும் பூமி. ஆனால் மக்களைக் குருடாக்கும் சக்தியின் உச்சம். அவர் இவற்றை மிகவும் ஆபத்தானது என்று கண்டார்.

'புதியது' மேலும் 'மேம்படுத்தப்பட்டது' என்ற கருத்தை குத்ப் நிராகரித்தார். அவர் பார்வையில் அறிவொளி, தொழில்துறை யுகம் - நவீனத்துவம் - இவை எதுவும் முன்னேற்றம் இல்லை.

‘ஒவ்வொரு நாகரிகத்தின் உண்மையான மதிப்பு என்பது மனிதன் கண்டுபிடித்த கருவிகளிலோ அல்லது அவர் எவ்வளவு அதிகாரத்தைக் கையாளுகிறார் என்பதிலோ இல்லை’ என்று குத்ப் எழுதினார். ‘நாகரிகங்களின் மதிப்பு அவர்கள் அடைந்த உலகளாவிய உண்மைகளிலும் உலகக் கண்ணோட்டங்களிலும் உள்ளது.’ அறிவியலிலும் கண்டுபிடிப்பின் மீதான நவீன மோகமும் முதல் கருவி தயாரிப்பாளர்களின் பழமையான நிலைக்கு ஒரு தார்மீகப் பின்னடைவாகும். மேலும் அவரது பார்வையில், அதன் ‘இடைவிடாத, கணக்கிட முடியாத கன்னி நிலத்தின் விரிவாக்கங்கள்’ ஒரு நாகரிக வாழ்க்கைக்குத் தேவையான நேரமும் பிரதிபலிப்பும் இல்லாத ‘சாகசக்காரர்களின் குழுக்கள் மற்றும் குற்றவாளிகளின் குழுக்களால்’ தீர்க்கப்பட்டது. குத்பின் அமெரிக்கர்கள் மதத்தின் மீது உணர்வற்ற, ஆன்மீக விழுமியங்களில் நம்பிக்கையற்ற ஒரு பூமியை எதிர்கொண்டனர்.

இரண்டு ஆண்டுகளுக்கும் குறைவான காலமே அமெரிக்காவில் அவர் இருந்தார். 1950இல் அவர் விரைவாக நாடு திரும்பினார். முஸ்லிம் சகோதரத்துவம் என்று அழைக்கப்படும் தேசியவாத, மதப் போராட்ட இயக்கத்தின் நிறுவனர் ஹசன் அல்-பன்னா படுகொலை செய்யப்பட்ட பின்னர் எகிப்து திரும்பி அந்த இயக்கத்தின் பொறுப்புகளைக் கையில் எடுத்தார். அவரது வாழ்வின் அடுத்த ஒன்றரை தசாப்தங்கள் அவர் சிறையிலேயே கழிக்க நேர்ந்தது. சிறையிலிருந்து அவர் எழுதிய புத்தகங்கள் அமெரிக்க மூல நவீனத்துவ எதிர்ப்பிலிருந்து ஒரு இறையியல் அரசியலைச் செம்மைப்படுத்துவதாயிருந்தன. குத்பின் கோட்பாட்டின்படி நவீனத்துவம் என்பது ஜாஹிலியத். முஹம்மது நபி அவர்களின் காலத்திற்கு முந்திய காட்டு மிராண்டிகளின் நிலை. இஸ்லாமிய இறையியல் கோட்பாட்டையும் முஹம்மது நபி அவர்களின் சுன்னாவையும் உள்ளடக்கிய கடுமையான மாறாத சட்டம் மட்டுமே இந்த நாகரிகமற்ற நிலையை மீட்க முடியும். யூதர்களின் துரோகம் என்று கருதப்படும் வன்முறையால் நிகழ்த்தப்பட்ட ‘சிலுவைப்போர்’ குற்றவாளிகளைவிடவும் மேற்கத்திய நாடுகளுடன் கூட்டணி வைத்திருந்த முஸ்லிம் தலைவர்கள் சிறந்தவர்கள் அல்ல. எனவே, குத்ப் அனைத்து உண்மையான முஸ்லிம்களையும் சக்திவாய்ந்த முறையில் அமெரிக்கா பிரதிநிதித்துவப்படுத்தும் நவீனத்துவ ஜாஹிலியாவுக்கு எதிரான ஜிகாத் அல்லது புனிதப் போருக்கு அழைத்தார்.

இந்தத் தத்துவம் 1966இல் குத்பின் மரண தண்டனைக்கு வழிவகுத்தது. ஐக்கிய இராச்சியத்தின் ஆக்கிரமிப்பை முடிவுக்குக் கொண்டுவந்து விவசாயச் சீர்திருத்தத்தை அறிமுகப்படுத்தி நவீன அரசியல், பொருளாதாரக் கொள்கைகளால் ஆன நவீன சோசலிய ஆட்சியை எகிப்தில் நிறுவிய ஜனாதிபதி கமல் அப்தெல் நாசர் ஹூசைன் ஆட்சியில் சையது குத்ப் மரண தண்டனை விதிக்கப்பட்டார். நாசர் ஹூசைனின் மதச்சார்பற்ற ஆட்சியை எதிர்த்து அதைக் கவிழ்ப்பதற்காகச் செயல்பட்டார் என்ற காரணத்தினால் தூக்கிலிடப்பட்ட சையது குத்பின் தியாகம் அவரது இயக்கத்தைத் துரிதப்படுத்தியது. இவர் தூக்கிலிடப்பட்ட காலத்தில் இளைஞராக இருந்த அல்-ஜவாஹிரி ‘எகிப்திய இஸ்லாமிய ஜிஹாத்’ (EIJ) என்ற அமைப்பைத் தோற்றுவித்தார். இந்த அமைப்பு எகிப்தில் மதச்சார்பற்ற இஸ்லாமிய ஆட்சியைத் தூக்கி எறிந்து இஸ்லாமிய அரசை உருவாக்குவதற்காக அர்ப்பணித்துக்கொண்டது.

இதற்கிடையில், சையது குத்ப் தூக்கிலிடப்பட்டதும் அவரது சகோதரர் முஹம்மது சவுதி அரேபியாவில் தலைமறைவாகினார். பின்னர் அங்கு அவர் கிங் அப்துல் அஜீஸ் பல்கலைக்கழகத்தில் கற்பித்தார். சவூதி நாட்டின் கட்டுமானத்துறை நிறுவனத்தின், செல்வக் குடும்பத்தின் வாரிசான ஓசாமா பின்லேடன் இவரது மாணவர்களில் ஒருவர்.

09

ஜிஹாத் நிலையில் ஆப்கானியர்கள் இருப்பது தெளிவாகத் தெரிந்தது. முஸ்லிம் ஆப்கானியர்கள் மட்டுமல்ல, இந்து, சீக்கிய சிறுபான்மையினர் கூட இதற்குப் பங்களித்தனர். ஆப்கானிஸ்தானில் ஜிஹாதின் பாரம்பரியம் எப்போதும் வலுவாகவே உள்ளது. நாட்டின் பாதுகாப்பு, கௌரவம், கலாச்சார மதிப்புகளுடன் போட்டி மனப்பான்மையில் வீரத்தை வெளிப்படுத்த ஜிஹாதை ஒரு வலிமையான சக்தியாக மாற்றியதில் ஆப்கானியர்களின் மதிப்பெண் கூடுதலானது.

இஸ்லாமியக் குழுக்கள் எதிர்ப்பு இயக்கத்தின் முதுகெலும்பாக இருந்தன. அவற்றில் சில பாரம்பரியமானவை. மற்றவை அமைப்பு, சித்தாந்தம் அல்லது மேடையில் புதுமையாக இருந்தன. பொதுவாக

இரண்டு வகையான குழுக்களைப் பார்க்க முடியும். ஒன்று அடிப்படைவாதக் குழுக்கள், மற்றையது புரட்சிகரக் குழுக்கள். இவ்விரண்டு குழுவினருமே படையெடுப்பை எதிர்த்தனர். அத்துடன், அரசையும் சமூகத்தையும் மறுசீரமைப்பதை நோக்கமாகக் கொண்டிருந்தனர். நவீன இஸ்லாமிய உலகின் தீவிரச் சிந்தனையாளர்களிடமிருந்து அவர்கள் பெற்ற இஸ்லாமியச் சித்தாந்தத்தின் அடிப்படையில் அவர்கள் அவ்வாறு செய்ய விரும்பினர். அதனால்தான் அவர்களின் கதை படையெடுப்பை விரட்டுவதோடு முடிவடையவில்லை.

நவீனத்துவம் என்பது, சமூகத்தைப் பாரம்பரியத்திலிருந்து மதச்சார்பின்மையான ஒரு பாதையில் அமைக்கிறது என்பதே இஸ்லாமியத் தீவிர விசுவாசிகளின் மிகப் பெரிய குற்றச்சாட்டு. ஆப்கானிஸ்தானில் அவர்கள் இந்த மாற்றத்தைக் கண்டார்கள். 1950களின் பிற்பகுதியில் நவீனமயமாக்கும் திட்டங்களுக்காக நாடு சோவியத் யூனியனைச் சார்ந்திருந்த பிறகு, படித்த மக்களிடையே ஊடுருவிய நாத்திகத்தின் அத்துமீறலில் இருந்து இஸ்லாத்தைப் பாதுகாப்பதை மதவிசுவாசிகள் மேலான அக்கறை என்று கண்டார்கள்.

இந்தச் சார்பின் துணைப் பொருளாக, ஈரானின் துதே கட்சி, சோவியத் யூனியனின் கம்யூனிஸ்ட் கட்சி, சீனாவின் கம்யூனிஸ்ட் கட்சி ஆகியவற்றின் இலக்கியங்களால் பாதிக்கப்படும் ஒரு இடதுசாரிக் குழு ஆப்கானிஸ்தானில் தோன்றியது. சோவியத் உதவியுடன் உதயமான நவீனமயமாக்கும் திட்டங்கள் நிலப்பிரபுத்துவம், முதலாளித்துவம், ஏகாதிபத்தியம் இவற்றுடன் ஓரளவு இஸ்லாமிய அறிவை மாற்றுவதற்கான சூழலைத் தங்கள் இலக்குகளாகக் கொண்டிருந்தன.

இஸ்லாத்தைக் குறைமதிப்பிற்கு உட்படுத்த, இடதுசாரிகள் கடவுளின் இருப்பைக் கேள்விக்குள்ளாக்கினார்கள். நாத்திகத்தைப் பரப்புவதற்கான இந்த முயற்சிகளின் காரணமாக, சில ஆப்கானியர்கள் அதிகாரப்பூர்வ நாத்திகத்தை இடதுசாரிகளின் குறிக்கோளாகக் கண்டனர். காபூல் கல்வி மையங்களில் இடதுசாரி மாணவர்கள் இந்த முயற்சியில் தீவிரமாக ஈடுபட்டனர். இது மாகாண உயர்நிலைப் பள்ளிகளையும் தொட்டது. மாணவராக இருந்த குல்புடின் ஹேக்மத்யார், நாத்திகர்களை எதிர்த்து ஒரு இஸ்லாமிய அமைப்பை நிறுவ வேண்டிய அவசியத்தை உணர்ந்தார்.

காபூல் பல்கலைக்கழக மாணவர்களும் பேராசிரியர்களும் 1960களில் இஸ்லாமிய இயக்கத்தைத் தொடங்கி இஸ்லாமியச் சிந்தனையாளர்களின் கருத்துகளை அவர்களின் படைப்புகளின் மொழிபெயர்ப்புகள் மூலம் பரப்பினர்.

முன்னர் குறிப்பிட்டது போல, ஆப்கானிஸ்தானில் இஸ்லாமிய இயக்கம் தோன்றிய கதையானது இஸ்லாமிய உலகில் மற்ற இடங்களில் போலவே நவீனமயமாக்கல் திட்டங்களுக்கான எதிர்வினையின் கதை. இது பாரம்பரியச் சமூகத்தில் நவீன சமுதாயத்திற்கு மாறுவதில் அதிகபட்சமாக அரசு செயல்பாடுகளை அதிகரிக்க வழிவகுத்தது. அந்த வகையில் இந்த இயக்கம் சமீபத்தியது. 1950களின் பிற்பகுதியில் தொடங்கிய நவீனமயமாக்கல் திட்டங்களின் துணைத் தயாரிப்பு. சோவியத் யூனியனால் நிதியளிக்கப்பட்ட நவீனமயமாக்கல் திட்டங்களுடன் தொடர்புடைய கம்யூனிசத்தின் எழுச்சிக்குப் பதிலளிப்பதால் இது மிகவும் ஆற்றல் வாய்ந்தது. நவீனமயமாக்கலின் செயல்பாட்டில் பள்ளிகள், நீதிமன்றங்கள், பொருளாதார நடவடிக்கைகள், தொடர்புகள், ராணுவம் அத்துடன் நகர்ப்புறக் குடியேற்றங்களின் மூலம் நவீனத் துறைகளில் மக்கள் அதிகப் பங்கேற்புக்கு ஈர்க்கப்பட்டனர். முஸ்லிம் சமூகங்களின் சூழலை மாற்றிய இந்தச் செயல்முறை ஆப்கானிஸ்தானில் மதத்தை அரசியலாக்குவதற்கு வழிவகுத்தது.

நவீனமயமாக்கலின் செயல்பாடு சில நூறுகளில் இருந்த ஆஃப்கான் நடுத்தர வர்க்கத்தை சில நூறாயிரமாக அதிகரிக்கச் செய்தது. நடுத்தர வர்க்கப் படித்தவர்கள் முக்கியமாகக் கிராமப்புறங்களைச் சேர்ந்தவர்கள். அரசு நடத்தும் இலவசக் கல்வி முறை, கிராமப்புறங்களில் உழைக்கும் மாணவர்கள் காபூலில் உயர்கல்வி நிறுவனங்களை அணுகுவதைச் சாத்தியமாக்கியது. இஸ்லாமிய இயக்கத்தின் நிறுவன உறுப்பினர்கள் நவீனக் கல்வி நிறுவனங்களுடன் தொடர்புடைய கிராமப்புறங்களைச் சேர்ந்தவர்கள். பாரம்பரிய மதரஸாக்களில் கற்றவர்கள் அல்ல. மேலும் இஸ்லாமிய இயக்கங்களைச் சேர்ந்தவர்கள் அரசியல் ஆளும் வட்டாரங்களின் பகுதியாகவோ அல்லது அரசைச் சார்ந்து இருக்கவோ இல்லை.

பேராசிரியர் குலாம் முகமது நியாசியுடன் மற்றும் பலர் இணைந்து ஆப்கானிஸ்தானில் இஸ்லாமிய இயக்கத்தை நிறுவினார்கள். இருப்பினும், ஹெக்மத்யார், தான் உட்பட

பன்னிரண்டு பல்கலைக்கழக மாணவர்கள் என்று கூறுகிறார். நிறுவன மாணவர்கள் பேராசிரியர்களை இயக்கத்தில் சேர அழைத்ததாகவும், ஆனால், பெரும்பாலானோர் அழைப்பை நிராகரித்ததாகவும் அவர் கூறுகிறார். அரசாங்க ஊழியர்களாக இருந்த பேராசிரியர்கள் அரசை எதிர்க்கும் செயற்பாட்டில் நேரடியாகத் தங்களை இணைத்துக்கொள்ள முதலில் தயங்கினர் என்று ஹெக்மத்யார் கூறுகிறார்.

ஆப்கானிஸ்தான் இஸ்லாமிய இயக்கம், 1957இல் காபூல் மாகாணத்திலுள்ள பக்மான் என்ற மலையடிவார நகரில் பேராசிரியர் குலாம் முகமது நியாசியினால் நிறுவப்பட்டது. இவர் எகிப்திலுள்ள அல்-அசார் பல்கலைக்கழகத்தில் இஸ்லாமிய ஆய்வுகளில் முதுகலைப் பட்டம் பெற்றவர். எகிப்திலிருந்து பாக்மானுக்கு வந்ததும் அவர் தனது அறையில் பக்தியுள்ள ஆசிரியர்களின் குழுவுடன் சிறியதாகத் தொடங்கிய இஸ்லாமிய இயக்கம் நாளடைவில் எண்ணிக்கையளவில் அதிகரித்து பலம் மிக்க இயக்கமாக மாறியது.

1963இல் முகம்மது தாவூத் கானின் அரசாங்கம் வீழ்த்தப்பட்டதன் பிறகு, 1969 வாக்கில் இஸ்லாமியர்கள் பேராசிரியர் நியாசியை ஆப்கானிஸ்தான் இஸ்லாமிய இயக்கத்தின் பெயரளவிலான தலைவராக (அமீர்) நியமிக்கும் ஒரு அரசியல் செயல் குழுவை அமைத்தனர். மதச் சார்பற்ற கம்யூனிச ஆட்சியில் இஸ்லாமிய ஆட்சியை ஊக்குவித்ததற்காக 1974இல் பேராசிரியர் நியாசி சிறையில் அடைக்கப்பட்டார். 1978இல் சிறையிலேயே கொல்லப்பட்டார்.

ஆப்கானிஸ்தான் வரலாற்றில் இஸ்லாமிய இயக்கங்கள் பல கிளைகளாகவும் இயங்கின. 1973ஆம் ஆண்டின் தொடக்கத்தில், பேராசிரியர்களின் இரகசியச் சங்கத்தை உள்ளடக்கிய இயக்கம், அதன் உறுப்பினர்களைப் பதிவு செய்யத் தொடங்கி ஒரு தலைமை ஷூரா கவுன்சிலை உருவாக்கியது. சபையின் தவிசாளராக காபூல் பல்கலைக்கழகத்தின் ஷரிஆ பீடத்தின் விரிவுரையாளர் புர்ஹானுதீன் ரப்பானி தேர்வு செய்யப்பட்டார். பேராசிரியர் குலாம் முகமது நியாசி எப்போதைக்குமான தலைவராக அங்கீகரிக்கப்பட்டார். இந்தச் சபை பின்னர் ஜம்இய்யத்-இ-இஸ்லாமி [இஸ்லாமியச் சங்கம்] என்ற பெயரை இயக்கத்திற்காகத் தேர்ந்தெடுத்தது.

ஜம்இய்யத் வெளியிட்ட ஒரு துண்டுப் பிரசுரத்தில், நாம் யார், நமக்கு என்ன வேண்டும் என்பதைப் பிரஸ்தாபித்தது. இந்த இயக்கம் ஆப்கானிஸ்தான் மக்களைக் கொடுங்கோன்மையின் பிடியிலிருந்து விடுவித்து மதத்தில் மறுமலர்ச்சியை ஏற்படுத்தும் முயற்சியே தவிர வேறில்லை என்று கூறப்பட்டது. இயக்கத்தின் குறிக்கோள் பற்றி ஹேக்மத்யார் இவ்வாறு கூறுகிறார். 'ஆளும் ஒழுங்கைத் தூக்கி எறிந்து இஸ்லாமிய ஒழுங்கை மாற்றுவதும், அரசியல், பொருளாதார, சமூகத் துறைகளில் இஸ்லாத்தைப் பயன்படுத்துதலும்.'

இஸ்லாமிய இயக்கங்களில் பங்கேற்றிருந்த அறிஞர்கள் பலரும் இதே கருத்தையே கொண்டிருந்தனர். சையத் குத்புவின் கருத்துகளுக்கு ஏற்ப தாராளவாத ஜனநாயகத்தையும் சோசலிச ஜனநாயகத்தையும் சாடினர். "இஸ்லாம் ஒரு முழுமையான மதம். மற்ற எந்தவித வகையான சட்டம், வழக்கம், பாரம்பரியம், நடைமுறை பற்றிய கருத்துகளுக்கு இஸ்லாத்தில் இடமில்லை. இஸ்லாமியச் சமுதாயத்தில், மேற்கூறிய ஜனநாயகங்களும் பிற ஒத்த கருத்துகள் கொண்ட தத்துவார்த்தங்களும் இஸ்லாமிய அடிப்படைகளுக்கு எதிராகவும், முரண்பாடு கொண்டதாகவும் உள்ளன."

சையது குத்பின் கருத்துகளை விடவும் அழுத்தமான கருத்துகளைக் கொண்டவர்களும் இருந்தார்கள். இவர்கள், 'ஒரு குடியரசுக் கட்சி அரசாங்கத்தை' மட்டுமல்ல 'பொதுத் தேர்தல்களையும்' நிராகரித்தார்கள். இவர்களது பார்வையில் தீர்மானம் மற்றும் தீர்வுக்கான கவுன்சில் (ஷுரா-இ-அஹ்ல்-இ-ஹல் வ 'அக்த்), பக்தியுள்ள, நியாயமான திறமையுமுள்ள முஸ்லிம் ஒருவரை இஸ்லாமிய அடிப்படையில் சமூகத்தின் தலைவராகத் தேர்ந்தெடுக்க வேண்டும். இஸ்லாமியர்கள் இஸ்லாமிய ஒழுங்கை அல்லது 'இஸ்லாமியப் புரட்சியை' ஒவ்வொரு தனி நாட்டிலும் மட்டுமல்லாமல் 'முழு உலகிலும்' அமைப்பதை நோக்கமாகக் கொண்டிருந்தனர். முஹம்மது யூனூஸ் காலிஸின் கருத்துகள் இவற்றையே குறிப்பிடுகின்றன.

சையது குத்பினதும் முஸ்லிம் உலகின் பிற புரட்சிகரச் சிந்தனையாளர்களின் கருத்துகளும் குறிப்பாக முஸ்லிம் சகோதரர்களின் தலைவர்கள், காபூல் பல்கலைக்கழகத்தின் சட்ட, இறையியல் கல்லூரிகள், அபு ஹனீபாவின் மதரஸாவின் வெளிநாட்டுப் பேராசிரியர்கள் மூலம் மாணவர்களைப் பாதித்தனர். மேலும், கெய்ரோவில் உள்ள அல்-அஸ்ஹர்

பல்கலைக்கழகத்தில் பயின்ற இறையியல் கல்லூரியின் ஆப்கானியப் பேராசிரியர்கள் இந்தக் கருத்துகளை உள்ளூர் பத்திரிகைகள், குறிப்பாக 1968இல் நிறுவப்பட்ட வாராந்திர இதழ் கஹீஸில் வெளியிட்டார்கள். இந்த வாராந்த இதழின் ஆசிரியர் மின்ஹாஜுத்தீன் கஹீஸ் 1972இல் தீவிர இடதுசாரிகளால் படுகொலை செய்யப்பட்டார். இஸ்லாமியர்கள் சையது குத்பின் சில படைப்புகளையும் வடமொழியில் மொழிபெயர்த்தனர். பல்கலைக்கழகத்தின் பெரும்பாலான கல்லூரிகள் மேற்கத்திய பல்கலைக்கழகங்களுடன் இணைந்திருந்தாலும், இறையியல் கல்லூரி கெய்ரோவில் உள்ள அல்-அசார் பல்கலைக்கழகத்துடன் இணைக்கப்பட்டது.

இஸ்லாமிய அறிஞர்கள் வட்டங்களுக்கு வெளியே சில பாரம்பரிய உலமாக்களும் மதத் தலைவர்களும் ஏற்கெனவே நாத்திகத்தையும் சோவியத்தையும் எதிர்த்துப் பல அமைப்புகளை ஏற்படுத்தியிருந்தனர். குத்தம் அல்-ஃபுர்கான் (குர்ஆனின் சேவகர்கள்), ஜம்இய்யத்-இ-உலமா-இ-முகமதி (முகமதுவின் உலமா சங்கம்), கியாம்-இ-இஸ்லாமி (இஸ்லாமிய எழுச்சி) ஆகியன அவற்றில் சில. சிப்கத்துல்லா மொஜடிடி, தாகாவின் பிர், காலா-இ-பிலாந்தின் பிர், ஹபிஸ்ஜி சாஹிப், மவ்லவி ஃபைசானி போன்றோர் நிறுவனர்கள்.

இத்தகைய முக்கியஸ்தர்களின் ஆதரவின் பலத்தில் காபூலில் ஏற்கெனவே குறிப்பிட்டபடி, அரசாங்கம் அவர்களை கலைக்கும் வரை, உலமாக்கள் ஒரு மாதத்திற்கும் மேலாக ஆர்ப்பாட்டங்களை நடத்தினர். தாவூத் கான் பிரதமராக (1953-1963) ஆட்சி செய்தபோது அவர் இந்த எதிர்ப்பு நடவடிக்கைகளைப் பொறுத்துக்கொள்ளவில்லை. பலர் கைது செய்யப்பட்டு சிறையில் அடைக்கப்பட்டார்கள். ஆயினும்கூட இந்தச் சங்கங்கள் அமைதி அடையவில்லை.

பல்கலைக்கழக வளாகங்களில் பேரணிகளை நடத்திய பிறகு கம்யூனிஸ்டுகளை நேரடி விவாதங்களுக்கு அழைத்துத் துண்டுப்பிரசுரங்களை வெளியிட்டனர். ஆனால், அவர்களுடைய பேரணிகள் எதிர்த்தரப்பினரால் நடத்தப்பட்ட பேரணிகளை விடச் சிறியதாக இருந்தன.

1973இல் தாவூத் ஆட்சிக் கவிழ்ப்பு வரை கலாச்சார நடவடிக்கைகளில் ஈடுபட்ட இளைஞர்கள் பின்னர் ஒழுங்கமைக்கப்பட்ட குழுவாகச் செயற்பட்டனர்.

ஜிஹாதின் இருப்பு நம்பப்பட்டபோது முஸ்லிம் ஆப்கானியர்கள், குறிப்பாகத் தேச விசுவாசிகள், நேரில் பங்கேற்பது அல்லது முடிந்த வழிகளில் பங்களிப்பது கடமை என்று உணர்ந்தனர். ஜிஹாதின் போது போராளிகள் என்று அறிவித்துக் கொண்ட முஜாஹிதீன்களின் எண்ணிக்கையை விடவும் விகிதாச்சார அடிப்படையில் மக்கள் தொகை கூடுதலாக இருந்தது. சண்டை இடம்பெறும் சமயங்களில் போர் செய்யாத ஆப்கானியர்கள் விதவைப் பெண்கள் உட்பட சண்டையிடுவோருக்கு ஆதரவளித்தனர். நாட்டின் பாதுகாப்பு மற்றும் விசுவாசம் ஆயுதப் படைகளுக்கு மட்டும் பொறுப்பாகாது, ஆனால், ஆயுதங்களை எடுத்துச் செல்லும் திறன்கொண்ட ஒவ்வொரு வயதுவந்த ஆப்கானிஸ்தானியனினதும் பொறுப்பாகும். ஒவ்வொரு முறையும் நாடு படையெடுப்புக்குள்ளாகும் போதும், வழக்கமான இராணுவம் சிதைந்து ஒழுங்கற்றவர்களின் வரிசை ஜிஹாதின் உணர்வை இன்னும் உறுதியாகப் பலப்படுத்தியது.

ஆப்கானிஸ்தான் வரலாற்றில் ரஷ்யர்களுக்கு எதிராக நடந்த ஜிஹாத் மற்றெல்லாவற்றையும் விட விரிவானது. பாரம்பரியவாதிகளுக்கும் முற்போக்காளர்களுக்குமிடையே கால்கிகளின் (கம்யூனிஸ்ட்) ஆட்சியைப் பற்றியிருந்த நிச்சயமற்ற தன்மையும் கோட்பாடும் விரைவில் ஏமாற்ற உணர்வாக மாறி, உண்மையற்ற அடக்குமுறைக் கோட்பாடுகள் என்ற புரிதலைக் கட்டமைத்தது. சோவியத் படைகள் படையெடுத்தபோது இந்த உணர்வுகள் பரந்த சீற்றமாகியது.

போராட்டத்தில் ஆப்கானியர்கள் தங்கள் மதிப்புகளைப் பாதுகாப்பதில் உறுதியாக இருந்தனர். அதே சமயம் சண்டையிடாத ஆப்கானியர்கள் அவர்களை ஆதரிப்பது கடமை என்று உணர்ந்தனர். இதன் பொருள் முன்னர் குறிப்பிட்டதுபோலப் போராடாத ஆப்கானியர்கள் முஜாஹிதீன்களுக்குத் தங்குமிடம், ஆடைகள், உணவளிப்பது, ஆயுதங்களுக்கான செலவுகளைத் தருவது, காயப்பட்டோருக்குச் சிகிச்சையளிப்பது - ஆகிய அனைத்து உதவிகளையும் மத, தேசபக்திக் கடமையாக உணர்ந்தனர்.

தேசபக்தியுடனும் இஸ்லாமிய கடமைகளுக்கு உண்மையாகவும் ஆப்கானியர்கள் ஒரு வல்லரசின் இராணுவத்தை எதிர்த்துப் போராடுவதில் முரண்பாடுகள் இருந்தபோதிலும் முஜாஹிதீன்களை ஆதரித்தனர். நிலத்தின் விளைபொருள்களையும் பல வரிகளையும்

இஸ்லாமிய தசமபாகம் (*ushr*) முறையில் முஜாஹித் தளபதிகளுக்குச் செலுத்தினர். ஆனால் அனுபவமின்மையும் புதிதாக வென்ற அதிகாரத்தை நிலைநிறுத்துதல், ஜிஹாதின் கடுமையான தேவைகளைப் பூர்த்தி செய்தல் ஆகியவற்றின் காரணமாக, தளபதிகள் பெரும்பாலும் உள்ளூர் மக்களைச் சர்வாதிகாரமாக நடத்தினார்கள். அனைவரும் கடுமையாக இல்லை; சிலர் மற்றவர்களுடன் கலந்தாலோசித்து ஆட்சி செய்தனர். ஆயினும்கூட சர்வாதிகாரமே அவர்களது ஆட்சியின் பொதுவான தன்மையாக இருந்தது. பின்னர் தளபதிகளுக்கும் மக்களுக்கும் இடையே போலவே ஆட்சியாளருக்கும் ஆளுகைக்குட்பட்ட மக்களுக்குமிடையே புளிப்பான உறவு வளரத் தொடங்கியது.

மக்கள் அனைவரும் முஜாஹிதீன்களுக்கு வரி செலுத்த வேண்டிய கட்டாயம் ஏற்பட்டது. ஆயுதம் ஏந்திய முஜாஹிதீன்கள் மக்களின் வாசலில் தோன்றி பணம் கோருவார்கள். நில உரிமையாளர்கள் முன்பு அரசாங்கத்திற்குச் செலுத்தியதை விட அதிகமாக கலாஷ்னிகோவின் அச்சுறுத்தலின் கீழ் பணம் செலுத்தினர்.

10

சோவியத் படை யெடுப்புக்கு நாடு முழுவதும் எதிர்ப்பு இருந்தது. ஆனால் பாரம்பரியத் தலைவர்கள் தலைமையிலான கடந்தகால எதிர்ப்பு இயக்கங்களுக்கு மாறாக, தற்போதைய எதிர்ப்பு இயக்கத் தலைவர்கள் ஆப்கான் சமூகத்தின் நவீன, படித்த உறுப்பினர்களிடமிருந்து தோன்றினர். 1960களில் நிறுவப்பட்ட அரசியல் கட்சிகளில் அவை ஏற்பாடு செய்யப்பட்டன. இது பாரம்பரியத்திலிருந்து நவீன சமுதாயத்திற்கு மாறுவதற்கான ஒரு துணைத் தயாரிப்பு. முன்னாள் ஜனாதிபதி தாவூத் கான் முதல் ஐந்தாண்டுகள் பொருளாதார மேம்பாட்டுத் திட்டத்தை அறிமுகப்படுத்தியபோது, பெரிய அளவில் நவீனமயமாக்கல் செயல்முறை 1956இல் தொடங்கியது. அதன்பிறகு, ஐந்தாண்டுத் திட்டங்களை அடிப்படையாகக் கொண்ட அரசு கட்டுப்படுத்தும் கலப்புப் பொருளாதாரம் வளர்ச்சிக்கு முன்மாதிரியாக மாறியது. இவற்றுடன், நவீனமயமாக்கல் கல்விக் கொள்கை விரிவாக்கமும் மாணவர்களின் எண்ணிக்கை அதிகரிப்புக்கு வழிவகுத்தது. 1970இல் 667,500 ஆக இருந்த மாணவர்களின் மொத்த எண்ணிக்கை 1976இல்

888,800 ஆக உயர்ந்தது. உயர்கல்வி நிறுவனங்களில் இருபாலாரும் இருந்தனர்; 1970இல் 910 உயர்கல்வி ஆசிரியர்களும் 18,138 ஆசிரியர்களும் ஆரம்பப் பள்ளிகளிலும் உயர்நிலைப் பள்ளிகளிலும் இருந்தனர். 1975 வாக்கில் 115,125 ஆப்கானியர்கள் குறைந்தபட்சம் பன்னிரண்டு ஆண்டுகள் முறையான கல்வி பெற்றனர்.

மதச்சார்பின்மை ஒரு முக்கிய நீரோட்டமாக இருந்தபோது ஆப்கான் அரசியலின் இயங்கியல் மாறத் தொடங்கியது. இந்த மாற்றத்தின் ஓர் அம்சம் என்னவென்றால், பாரம்பரியத் தலைவர்கள் மட்டுமே அரசியல் மேடையில் நடிகர்கள் என்பது மாறி, படித்த ஆப்கானியர்களை அரசியலில் முன்னணியில் தோன்றச் செய்தது. அறிவுஜீவிகள் கொண்ட அரசியல் கட்சிகள் அமைக்கப்பட்டன. கட்சிகள் சட்டப்பூர்வமானவை அல்ல எனினும் கட்சிகள் பல தோன்றின. அரசியல் கட்சிகளின் தலைவர்கள் இலவசப் பத்திரிகையைத் தங்கள் கருத்துகளைப் பரப்புரை செய்வதற்கான வாகனமாகப் பயன்படுத்தினர். அத்துடன் மாணவர்களைத் தங்கள் ஆர்வலர்களாகத் தேர்ந்தெடுத்தனர். 1960களில் மாணவர்களிடையே அமைதியின்மை ஏற்பட்டது. காபூலிலும், உயர் கல்வி நிறுவனங்கள் குறிப்பாக காபூல் பல்கலைக்கழகம் அரசியலாக்கப்பட்டது. 1960களில் இது போன்ற செயல்பாடுகள் காரணமாகப் பல்கலைக்கழகங்களும் கல்வி நிறுவனங்களும் வாரக் கணக்காகவும் மாதக் கணக்காகவும் மூடப்பட்டன.

முடியாட்சி அகற்றப்பட்டதைத் தொடர்ந்தும், கால்கிகள் என்று அழைக்கப்பட்ட கம்யூனிஸ்ட் ஆட்சியின் போதும் நாட்டிற்குள் இருந்த கட்சிகள் ஒடுக்கப்பட்டன. என்றாலும் படையெடுப்புக் கட்சிகளை மீண்டும் செயல்படத் தூண்டியது. சிலர் பாகிஸ்தானில் இருந்தபடி அரசியல் நடவடிக்கைகளை மேற்கொண்டனர். புதிய எதிர்ப்புக் குழுக்களும் காளான்களாக வளர்ந்தன. 1980இல் பெஷாவரில் மட்டும் எண்பத்து நான்கு சிறிய மற்றும் பெரிய எதிர்ப்புக் குழுக்கள் அமைக்கப்பட்டன. சுமார் இருபது பிராந்திய தொழிற்சங்கங்கள் செயல்பட்டன. சில குழுக்கள் பிராந்தியமாகவே செயற்பட்டன.

ஜிஹாத் வெற்றிபெற எதிர்ப்பு சக்திகளின் கூட்டணி அவசியம். 1980இல் பெஷாவரில் கூட்டங்களை நடத்திய ஆப்கானிஸ்தான் அகதிகளால் இந்தக் கோரிக்கை எழுப்பப்பட்டது. அதில் அவர்கள் ராணுவ நடவடிக்கைகளை ஒருங்கிணைக்க ஒரு ஐக்கிய

முன்னணியைக் கோரினர். இந்தக் கூட்டங்கள் ஏற்படுத்திய அழுத்தம் இஸ்லாமியக் குழுக்களின் தலைவர்களை ஒரு கூட்டணியை உருவாக்கத் தூண்டியது.

மூன்று பெரிய இஸ்லாமிய அணிகளுக்கும் மூன்று மிதவாத அமைப்புகளுக்குமிடையே 'ஆப்கானிஸ்தான் விடுதலைக்கான இஸ்லாமிய ஒன்றியம்' என்ற பெயரில் கூட்டணி உருவாக்கப்பட்டது. காபூலில் சிறையிலிருந்து விடுதலையான பிறகு பெஷாவருக்கு வந்த இஸ்லாமிய இயக்கத்தின் நிறுவனர் அப்துல் ரசூல் சையாஃப் கூட்டணிக்குத் தலைமை தாங்கத் தேர்ந்தெடுக்கப்பட்டார். ஆனால் அது நீடிக்க விதிக்கப்படவில்லை. முதலில் ஹேக்மத்யாரும் பின்னர் மூன்று மிதமான குழுக்களும் அதிலிருந்து பிரிந்தன. 1981இல் இஸ்லாமியக் குழுக்கள் ஒரு பரந்த கூட்டணியை உருவாக்கியது. என்றாலும் அதிலும் பிளவு ஏற்பட்டது. 1985ஆம் ஆண்டில், சவுதி அரேபியாவின் அழுத்தத்தின் கீழ், 'ஆப்கான் முஜாஹிதீன் இஸ்லாமிய ஒற்றுமை' என்ற ஒரு பரந்த கூட்டணி அமைக்கப்பட்டது. இதில் நான்கு முக்கிய இஸ்லாமியக் குழுக்களும் மூன்று மிதவாதக் குழுக்களும் இருந்தன.

இந்தக் குழு 1989 வரை இருந்தது. பாகிஸ்தானும் சவுதி அரேபியாவின் ஆதரவின் கீழ், ஆப்கானிஸ்தானில் இருந்து சோவியத் துருப்புகள் திரும்பப் பெறுவதற்கு ஏற்ப ஆப்கானிய இடைக்கால அரசு (டவ்லத்-இ-இஸ்லாமி-இ-ஆப்கானிஸ்தான்) ராவல்பிண்டியில் அமைக்கப்பட்டது

அனைத்து எதிர்ப்புக் குழுக்களும் கூட்டணியில் சேர்க்கப்படவில்லை. தெஹ்ரானைத் தளமாகக் கொண்ட ஷியா குழுக்கள், தேசியவாதிகள், பழங்குடித் தொழிற்சங்கங்கள், சோவியத் எதிர்ப்பு இடதுசாரிகள் (சீன சார்பு இடதுசாரிகள் உட்பட) விலக்கப்பட்டனர். இந்தக் கூட்டணி பாகிஸ்தானால் அங்கீகரிக்கப்பட்ட சுன்னி முஸ்லிம் குழுக்களால் மட்டுமே உருவாக்கப்பட்டது. இதில் பாகிஸ்தானின் ஆதரவு முக்கியமானது. ஏனெனில் அதன் ராணுவ இடைச்சேவை நுண்ணறிவு, ஆப்கானிஸ்தான் மத்தியப் புலனாய்வு மையம் மூலம் அமெரிக்கா உட்பட நன்கொடை நாடுகளிலிருந்து பெறப்பட்ட ஆயுதங்கள், பணம், பொருள்களை விநியோகித்தது. ஆப்கானிஸ்தான் ஜிஹாத்தை பாகிஸ்தான் ஆதரித்தது. ஆனால் அது தனது சொந்த நலன்களுக்காகச் சேவை செய்தது. ஜிஹாத்தின் தீவிர ஆதரவாளரான பாகிஸ்தானின் ஜனாதிபதி ஜெனரல் ஜியா அல்-

ஹக், ஆப்கானிஸ்தானில் சோவியத் முன்னிலையில் தனது உள் கவுன்சிலின் பெரும்பான்மையினரின் கருத்தை மீறினார்.

ஆனால் சோவியத் விலகிய பிறகு ஆப்கானிஸ்தானில் ஒரு வாடிக்கையாளர் அரசாங்கத்தை அதிகாரத்திற்கு உயர்த்தும் நோக்கில் அவர் ஜிஹாதைக் கையாண்டார். இந்த நோக்கத்திற்காக வலுவான ஐக்கியமான தலைமையை உருவாக்குவதை பாகிஸ்தான் எதிர்த்தது. அரசியல் மட்டத்தில், பாகிஸ்தானியர்கள் பலஸ்தீனர்கள் செய்ததைப் போலவே, மில்லியன் கணக்கான அகதிகளின் ஆதரவை அனுபவித்து எதிர்ப்பும் உருவாகலாம் என்ற அச்சத்தில் ஆழ்ந்திருந்தனர். இந்த அபாயத்திற்கு எதிரான சிறந்த பாதுகாப்பு ஒரு பிளவுபட்ட எதிர்ப்பாக அவர்களுக்குத் தோன்றியது. பாகிஸ்தானியர்கள் ஒவ்வொரு ஆறு குழுக்களுக்கும் ஒரே மாதிரியான வசதிகளை வழங்கினர். அடையாளம் காணாத சிறு குழுக்களின் செயல்பாடுகளுக்குக் கண்களை மூடிக்கொண்டனர். பாகிஸ்தானியர்கள்தான் இயக்கத்தில் பெரும் பிளவின் தொடர்ச்சியை உறுதி செய்தனர், குறைந்தபட்சம் 1984 வரை.

ஆதரவளிக்கப்பட்ட கூட்டணி ராணுவ நடவடிக்கைகளை ஒருங்கிணைப்பதில் பயனுள்ளதில்லை. ஒருங்கிணைந்த ராணுவ நடவடிக்கைகளை அல்லது காபூல் ஆட்சியின் ராணுவ அதிகாரிகளின் நிபுணத்துவத்தை அவர்கள் பயன்படுத்தவில்லை. பழங்குடி பெரியவர்கள், புத்திஜீவிகளின் சமூக உறுப்பினர்கள் ஜிஹாதுக்காக வேலை செய்வதில் இருந்து தடுக்கப்பட்டனர். அதிகாரத்தை ஏகபோகமாக்கி சமூகத்தை இஸ்லாமியமயமாக்கும் நம்பிக்கையில் இஸ்லாமியக் குழுக்கள் இதைச் செய்தன. கடுமையான அமைப்பும் ஒழுக்க விதிகளும் கொண்ட இஸ்லாமியக் கட்சிகள் அகதிகளை ஆட்சியாளர்கள் போல் நடத்தினார்கள். சில குழுக்கள் நீதிமன்றங்களையும் சிறைச்சாலைகளையும் கொண்டிருந்தன. சில குழுக்கள் தேசிய அடையாளத்தை எதிர்த்தன.

சிலர், ஆப்கானிஸ்தானுக்கு இஸ்லாமிஸ்தான் (இஸ்லாத்தின் நிலம்) என்ற பெயரை மாற்ற விரும்பினர். கடந்தகால எதிர்ப்பு இயக்கங்களில், அத்தகைய குழுக்களின் கலவையானது அவசரகாலத்தைச் சந்தித்த ஒரு தேசிய சக்தியை உருவாக்கியது. இருப்பினும் அவை தற்போதைய இயக்கத்தில் பரவலாக இல்லை.

புரட்சிக்கு முன் தொடங்கிய ஹேக்மத்யாருக்கும் ரப்பானிக்குமிடையேயான பிளவும் முரண்பாடும் ஆப்கானிஸ்தான் ஜிஹாதிலும் அதன்பிறகான உள்நாட்டுப் போரினை வரையறுக்கும் குற்ற வரிகளில் ஒன்றாக இருந்தது. இந்தச் சண்டையின் அடிப்பகுதியில் முக்கியக் கதாநாயகர்களின் தனிப்பட்ட லட்சியங்களும் விரோதங்களும் இருந்தன. என்றாலும் மற்ற காரணிகளும் இருந்தன - குறிப்பாக அவர்களுக்கு இடையே தலைமுறை பிளவு இருந்தது. 1960களின் பிற்பகுதியிலும் 1970களின் முற்பகுதியிலும் காபூல் பல்கலைக்கழக வளாகத்தைக் கிழித்தெறிந்த அரசியல் மோதல்களில் வயதுக்கு வந்த இளைய தலைமுறையை ஹெகமத்யார் பிரதிநிதித்துவப்படுத்தினார்.

ஹேக்மத்யாரின் யதார்த்தம் முஸ்லிம் இளைஞர்களின் உள் வட்டத்தின் உறுப்பினராக அவரது அனுபவங்களால் வடிவமைக்கப்பட்டது. ரப்பானி குறைந்த துருவமுனைந்த காலநிலையில் வளர்ந்தார். அவரது பெரும்பாலான கொள்கைகள் எகிப்திலுள்ள 'முஸ்லிம் சகோதரத்துவ' அமைப்பின் பிரதிநிதித்துவத்தை வெளிப்படுத்தின. ஆப்கானிஸ்தானின் எதிர்காலம் பற்றிய விவாதங்களில் சக போராளிகளுடன் சேர்வதற்காகவே எகிப்திலிருந்து காபூலுக்குத் திரும்பிய மாணாக்கர்கள் பலர் அவருடன் இருந்தனர். ஆவணங்களை மொழிபெயர்த்தல், கற்பித்தல், வெளிநாடுகளுக்குச் செல்லுதல், பிற மொழிகளைக் கற்றல் - போன்றவற்றில் நேரம் ஒதுக்கிய ரப்பானிக்கு உள்வட்ட விவாதங்கள் குறைவான பதட்டமாகவும் அவசரமாகவும் இருந்தன. எனினும், ஆப்கானிஸ்தானை விடப் பெரிய உலகத்தைப் பற்றிய பரந்த அனுபவமும் விழிப்புணர்வும் இருந்ததால், ஹேக்மத்யரை விட ரப்பானி இறுதியில் சமரசத்திற்குத் திறந்திருந்தார். பல பல்கலைக்கழக மாணவர்களைப் போலவே, ஹெகமத்யார் தனிப்பட்ட அனுபவங்களாலும் சக உறவுகளாலும் வரையறுக்கப்பட்ட உலகில் வாழ்ந்தார். அவரது அனுபவங்கள் பெருகிய முறையில் விரோதமானவையாகவும், அவரது சக உறவுகள் கட்சியின் எல்லைகளுக்குள் ஒடுங்கியதாலும் அனைத்துச் சமரசங்களும் கட்சியின் நலனுக்கும் அவரது சொந்த தலைமைக்கும் அச்சுறுத்தலானவை என்றே ஹெக்மத்யார் கண்டார். எனவே அதனை எதிர்க்க வேண்டுமென்று நம்பினார்.

ரப்பானிக்கும் ஹேக்மத்யாருக்கும் இடையேயான முரண்பாட்டின் மற்றொரு அடிப்படைக் காரணி அவர்களது இனம். இது பகைமைக்கு ஒரு காரணமென்று சொல்லுவது மிகைப்படுத்தலாக

சூழ்ச்சிகளின் நிலம் 69

இருந்தாலும், இனப் பிரிவினை சர்ச்சையின் மரபுகளில் ஒன்றாக மாறியது. அதன் முதல் வளாக அவதாரத்தில், முஸ்லிம் இளைஞர் அமைப்பு பஸ்டூன்ஸ், தாஜிக்ஸ் உட்பட்ட பிற இனக்குழு உறுப்பினர்களை உள்ளடக்கியது. மேலும் பேராசிரியர் நியாசியைச் சுற்றியுள்ள குழு சமமாக வேறுபட்டது. இருப்பினும் காலப்போக்கில் ஹிஸ்ப், ஜாமியத் ஆகிய இரண்டு கட்சிகளும் காபூல் பல்கலைக்கழகத்தில் ஆரம்பக்காலச் செயல்பாடுகளைக் கோரின. தாரகி, அமீன் காலத்தில் ஹிஸ்ப், ஜாமியத் ஆகிய இரண்டும் ஆப்கானிஸ்தானில் காணப்பட்ட இனக் குழுக்களின் வரம்பைப் பிரதிநிதித்துவப்படுத்தும் பட்டியலில் தங்கள் தளபதிகளை வைத்திருந்தனர்.

பாகம் II

தாலிபான்கள்

11

கம்யூனிச ஆட்சியை அமெரிக்கா விரும்பாதது போலவே இஸ்லாமியக் குடியரசுகளையும் விரும்பவில்லை. மாக்சிய சிந்தாந்தங்களுடன் பொருந்தாத மந்திரவாதிகள் இஸ்லாமிய மதத்திலிருந்து வெளிப்பட்டது அமெரிக்காவுக்கு இன்னும் உபயோகமாகிவிட்டது.

9 மார்ச் 1957 அன்று, அமெரிக்க காங்கிரஸ் ஜனாதிபதி தீர்மானமொன்றை அங்கீகரித்தது. இது ஐசனோவர் கோட்பாடு (Eisenhower Doctrine) என்று அழைக்கப்பட்டது. அமெரிக்கா வகுத்த ட்ரூமன் கோட்பாடு, அதற்கு முன்பான மன்ரோ கோட்பாடு போன்றே இதுவும் ஒரு காகிதத் துண்டு. இதன்மூலம் அமெரிக்க அரசாங்கம் மற்ற நாடுகளில் ராணுவ ரீதியாகத் தலையிடுவதற்கான குறிப்பிடத்தக்க, பொறாமைமிக்க உரிமையை அங்கீகரித்தது. மேற்குலகின் அரைக் கோளத்தில் ஐரோப்பாவுடன் மத்திய கிழக்கையும் தனது விளையாட்டு மைதானமாகச் சேர்த்துக்கொள்ளும் வேலையை ஒரு பேனாவால் செய்தது.

அந்தத் தீர்மானம் இதுதான்.

“உலக அமைதிக்கு, மத்திய கிழக்கு நாடுகளின் சுதந்திரத்தையும் ஒருமைப்பாட்டையும் தேசிய நலன்களையும் பாதுகாப்பதை அமெரிக்கா முக்கியமானதாகக் கருதுகிறது.”

கம்யூனிசத்தால் கட்டுப்படுத்தப்படும் எந்த நாட்டிலிருந்தும் ஆயுத ஆக்கிரமிப்புக்கு எதிராக உதவி கோரும் “எந்த மத்திய கிழக்கு நாடுகளுக்கும்” உதவ “ஆயுதப் படைகளைப் பயன்படுத்த அமெரிக்கா

தயாராக உள்ளது" என்பதும் சுருக்கமான அந்தப் பிரகடனத்தின் ஒரு பகுதி. உலக அமைதிக்கு ஆபத்தை விளைவிக்கக்கூடிய கம்யூனிசம் அல்லாத அல்லது எதிர்-விரோத ஆக்கிரமிப்புகள் பற்றி எதுவும் குறிப்பிடப்படவில்லை.

ஆப்கானிஸ்தானில் சோவியத் படையெடுப்புக்கு 20 ஆண்டுகளுக்கு முன்பே தான் தயாரித்து வைத்திருந்த மாயவலைகளுடன் மத்திய கிழக்கு நாடுகள் எங்கிலும் அக்காலப் பகுதியில் இடம்பெற்ற கலகங்கள், புரட்சிகளில் அமெரிக்காவின் ராணுவ ரீதியான தலையீடுகள் இருந்துவந்தன. சோவியத்தை எதிர்த்துப் போராடும் ஆப்கானிஸ்தானில் அமெரிக்கா ஏகபோக உரிமையை எடுத்துக் கொள்வதற்கு வேறு காரணங்கள் தேவையில்லை.

ஆப்கானிஸ்தானில் அமீனைக் கொன்ற பின்னர், ஆக்கிரமிப்பு போர்த் தந்திரோபாயங்களில் சோவியத் அரசு மாற்றங்களைக் கொண்டு வந்தது. மிகத் துல்லியமான திட்டமிடல்கள் சூழ்ச்சிகளால் சோவியத் படைகள் அமீனைக் கொன்றனர். மேலும் பர்ச்சம் *(Parcham)* கட்சியைச் சேர்ந்த சோவியத்தின் தயாரிப்பு என்று சொல்லப்படுபவரான பாப்ராக் கர்மலைக் கொல்லப்பட்ட அமீனுக்குப் பதிலாகக் கொண்டுவந்தனர். கட்சிக்கான ஆதரவைக் கட்டியெழுப்ப வேண்டியதன் அவசியத்தை உணர்ந்த சோவியத் அரசு புத்திஜீவிகள், மதத் தலைவர்கள் படுகொலையை முடித்தனர். பதிலாக உளவு சேகரிப்பிலும் அடக்குமுறையின் தேர்ந்தெடுக்கப்பட்ட இலக்குகள் ஆகியவற்றிற்கான முறையான வழிமுறைகளை ஏற்றுக்கொண்டனர். இரகசிய போலீஸ், கிதமாதி இத்திலாத்-ஐ டவ்லதி (மாநில தகவல் சேவைகள்), அல்லது கேஏடி, சோவியத் கேஜிபி மாதிரியாக இருந்தது. மரணதண்டனை, முஜாஹிதீன் ஆதரவாளர்களைக் கைது செய்தல், சித்திரவதை செய்தல்கள் பரவலாக இடம்பெற்றன. கிராமப்புறங்கள் வரையிலும் குண்டுவெடிப்பு வழக்கமானதாகவும் கண்மூடித்தனமாகவும் ஆனது. எண்ணற்ற பொதுமக்கள் கொல்லப்பட்டனர். 1980களின் முற்பகுதியில் பாகிஸ்தானுக்கு வந்த பெரும்பாலான அகதிகள் குண்டுவெடிப்பு காரணமாகத் தப்பி ஓடியவர்களாயிருந்தனர். கண்மூடித்தனமான குண்டுவெடிப்பு, கிராமப் புறங்கள் அழிப்பு போன்ற சர்வதேச மனிதாபிமானச் சட்டத்தின் கடுமையாக மீறல்கள் இந்தக் காலத்தில் இடம்பெற்றன.

இந்தக் காலகட்டத்தில் நடந்த கொடூரங்களின் அளவு பாரதூரமாக இருந்தபோதிலும் பல சம்பவங்களின் மிகக் குறைந்த ஆவணங்களே

உள்ளன. தன்னிச்சையான கைது செய்தல், சித்திரவதை செய்தல், சுருக்கமாகத் தூக்கிலிடப்பட்ட பல சம்பவங்கள் குறித்து ஆப்கானிஸ்தான் நீதி திட்டம் சுயாதீனமான ஆராய்ச்சியை மேற்கொண்டுள்ளது. பல கட்டாய 'காணாமல் போதல்'கள் அறிக்கையிடப்பட்டுள்ளன. ஏப்ரல் 1978க்கும் டிசம்பர் 1979க்கு இடையில் நடந்த காணாமலாக்கப்பட்டவர்களின் எண்ணிக்கை தெரியவில்லை. என்றாலும், பல்லாயிரக்கணக்கானதாக மதிப்பிடப்பட்டுள்ளது.

அடக்குமுறைகள் இந்தக் காலத்தில் பல்வேறு வடிவங்களை எடுத்தது. அரச படைகள் எதிர்ப்புப் பகுதிகளில் குண்டு வீசிப் பல பொதுமக்களைக் கொன்றது. லோகர், பமியான், நங்கர்ஹார் ஆகியவற்றில் இதுபோல நடத்தப்பட்ட குண்டுவீச்சுகளில் கிராமங்கள் பல முற்றிலும் அழிக்கப்பட்டன.

சில வெளிநாட்டு நிருபர்களுக்கு மாத்திரமே நாட்டிற்குள் அணுகல் இருந்த காரணத்தினால் ஆப்கானிஸ்தான் உலகின் பெரும்பகுதியிலிருந்து தனிமைப்படுத்தப்பட்டது. 1984 வரையில் ஐக்கிய நாடுகளின் மனித உரிமைகள் ஆணையம் மனித உரிமை மீறல்களைக் கண்காணிக்கவும் அறிக்கையிடவும் ஒரு சிறப்பு அறிக்கையாளரை ஆப்கானிஸ்தானில் நியமித்திருக்கவில்லை. இதனால் ஐக்கிய நாடுகளின் மனித உரிமைகள் ஆணையத்தில்கூடத் தரவுகள் இல்லை. (1986இல் ஆஸ்திரிய பேராசிரியர் ஃபெலிக்ஸ் எர்மகோரா நியமிக்கப்பட்டார்) காபூலுக்கு வெளியே நடந்த சம்பவங்கள் பற்றிய செய்திகள் நாட்டிலிருந்து மெதுவாக வடிகட்டப்பட்டன. பெரும்பாலான தகவல்கள் இறுதியில் நாட்டைவிட்டு வெளியேறிய ஆயிரக்கணக்கான அகதிகளுடன் பயணித்தன. கற்ற சமூகத்தவர்களில் பெரும்பகுதியினர் ஐரோப்பாவிலும் அமெரிக்காவிலும் குடியேறினர். மற்றவர்கள் பெரும்பாலும் பாகிஸ்தானிலும் ஈரானிலும் குடியேறினர்.

ஏப்ரல் 14, 1988இல் ஆப்கானிஸ்தானில் இருந்து வெளியேற சோவியத் ஒப்புக்கொண்டது. சோவியத் யூனியன், ஆப்கானிஸ்தான், அமெரிக்கா, பாகிஸ்தான் ஆகிய நாடுகளின் பிரதிநிதிகள் ஆப்கானிஸ்தானிலிருந்து சோவியத் படைகளைத் திரும்பப் பெற வேண்டுமென்ற ஒப்பந்தத்தில் கையெழுத்திட்டனர். சர்ச்சைக்குரிய சோவியத் ஆக்கிரமிப்புக்கு முற்றுப்புள்ளி வைக்கும் வகையில், ஆப்கானிஸ்தான் சோவியத் எதிர்ப்புப் பிரிவினருக்கான ஆயுத ஆதரவை நிறுத்துவதாக அமெரிக்கா ஒப்புக்கொண்டது.

ஆப்கானிஸ்தானும் பாகிஸ்தானும் பரஸ்பர விவகாரங்களில் தலையிடுவதில்லை என்றும் ஒப்புக்கொண்டன.

ஆரம்பக்கால ஆதாயங்கள் இருந்தபோதிலும், அந்நிய நாட்டு நாத்திகர்களுக்கு எதிராக ஜிஹாத் அல்லது 'புனிதப் போர்' நடத்திய முஸ்லிம் கெரில்லாக்களிடமிருந்து சோவியத் இராணுவம் எதிர்பாராத எதிர்ப்பைச் சந்தித்தது. அமெரிக்கா, பிரிட்டன், சீனா போன்ற வலிய நாடுகளுடன் பல முஸ்லிம் நாடுகளின் துணையில் ஆயுதம் ஏந்திய முஜாஹிதீன் வீரர்கள் ரஷ்யர்களுக்குப் பெரும் இழப்புகளை ஏற்படுத்தினர்.

சோவியத் ஒன்றியத்தின் நிதி நெருக்கடி ஒரு தீவிர அரசியலுடன் தொடர்புடையதாகியது. சோவியத் யூனியனின் வணிகத்துறை பலவீனமடைந்ததுடன் சுயாதீனக் குடியரசுடன் போரிடுவது தொடர்பான விவாதங்களால் சோவியத் யூனியன் பவீனமான பிரிவுகளாக உடையும் முரண்பாட்டை எட்டியது. ஆயுதப் பந்தயத்திற்கும் இராணுவப் படைகளுக்கும் பில்லியன் கணக்கான ரூபிள் செலவழித்து மிக மெதுவான சுய பொருளாதார அழிப்பை சோவியத் எதிர்கொண்டது. ஆப்கானிஸ்தான் ஆக்கிரமிப்பில் சோவியத் யூனியனின் பொருளாதார இழப்பு 9 பில்லியன் ரூபிள் எனக் கணக்கிடப்படுகின்றது. பொருள்களின் பற்றாக்குறை அதிகரித்து வரும் நாட்டில் ஒவ்வொரு ஆண்டும் போருக்காக நூற்றுக்கணக்கான பில்லியன் ரூபிள் வீணடிக்கப்பட்டன.

ஆப்கானிஸ்தானில் சோவியத் தோல்வி மற்ற சோவியத் கொடிகள் பறந்த வேறு நாடுகளிலும் தாக்கத்தை ஏற்படுத்தின. கம்யூனிசச் சித்தாந்தத்துடன் பொருந்திக்கொண்டவர்கள் கூட சோவியத் படையெடுப்பைக் கேள்விக்குட்படுத்தினர், சர்வாதிகாரிகளுக்குக் கூட்டாளியாக இருக்க முடியாதென்று உறுதிபட அறிவித்தனர். இது சோவியத் சமூகத்தில் குறிப்பிட்டளவு முரண்பாட்டை ஏற்படுத்தியது. சோவியத் யூனியனுக்குள் இருந்த போலந்து, செச்சன்யா நாடுகள் பரவலான கைப்பற்றலில் இருந்து தப்பிப்பதற்காக சோவியத் அரசாங்கத்தைச் சார்ந்திராமல் தள்ளிவிட்டன.

மட்டுமல்லாமல், இது மேலும் முக்கியமான பிரச்சினைகளிலிருந்து முன்முயற்சிகளைத் திசைதிருப்பியது. ஆப்கானிஸ்தான் மீதான படையெடுப்பினால் சீனா, ஈரான் நாடுகளுடன் உறவை மேம்படுத்துவது ஒரு தடையாக இருந்தது.

ஆப்கானிஸ்தான் போரில் பொருளாதாரத்தில் பெரும் தொகையை செலவழித்து சோவியத் பலவீனமானது மட்டுமல்ல, ஏறக்குறைய 15,000 சோவியத் துருப்புகளைக் கொன்றது. ஆப்கானிஸ்தானின் எதிர்ப்பினாலேயே சோவியத் சரிந்ததென்று சொல்லமுடியாது, என்றாலும் இதன் காரணமாக அரசியல், ராணுவ, பொருளாதார, உள் சரிவு வளர்ந்ததால் சோவியத் யூனியனின் சரிவு தவிர்க்க முடியாத முறிவுக்கு வழிவகுத்தது.

ஏப்ரல் 1988இல், சோவியத் தலைவர் மிகைல் கோர்பச்சேவ் ஆப்கானிஸ்தானுடன் சமாதான ஒப்பந்தத்தில் கையெழுத்திட்டார். பிப்ரவரி 1989இல், கடைசி சோவியத் சிப்பாய் ஆப்கானிஸ்தானை விட்டு வெளியேறினார்.

12

1992 வாக்கில், ஆப்கானிஸ்தான் கம்யூனிஸ்ட் கட்சித் தலைவர் நஜிபுல்லா அதிகாரத்திலிருந்து வெளியேற்றப்பட்டார். சோவியத் ஒன்றியம் இல்லை. இரகசியப் போரின் முடிவை அமெரிக்கா மூடத் தொடங்கியது. எந்த வெளிப்புற எதிரியும் இல்லாமல், முஜாஹிதீன் கூட்டணி விரைவில் தன்னையும், ஆப்கானிஸ்தானின் நகரங்களையும் துண்டாக்கியது. சர்வதேச வீரர்கள் என அறியப்பட்ட பல அரபு-ஆப்கானிய ஆயுதம் ஏந்திய ஜிஹாதிஸ்டுகள் விரைவில் வீடு திரும்பத் தொடங்கினார்கள்.

மத்திய கிழக்கு அரசியல்வாதிகளும் காவல்துறையினரும் பல ஆயிரக்கணக்கான ஆவேசமான மதக் கடும்போக்குகளைக் கொண்ட வீரர்களைத் திரும்பக் கொண்டுவர முனைந்தனர். 1990களின் முற்பகுதியில், புதிய தாராளமயக் கொள்கைகள், கொடூரமான அரசாங்க ஒடுக்குமுறைகள், இஸ்லாம் மதத் தீவிரவாத நிகழ்ச்சி நிரல் அளித்த அரசியல் தீர்ப்புகள் ஆகியவற்றால் உருவாக்கப்பட்ட சூழல்கள் சம பாகங்களில் குறைந்த தீவிரம் கொண்ட மோதல்களின் அலைகளைக் கொண்டு வந்தது.

அல்ஜீரியாவில் அரசாங்கம் தேர்தல்களைத் தடுத்தபோதும் மத ஆர்வலர்கள் மீது கடும் நடவடிக்கைகளை எடுத்தபோதும் இஸ்லாமிய இரட்சிப்பு முன்னணி (Islamic Salvation Front) போருக்குச் சென்றது. எகிப்தில் நன்கு பயிற்சிபெற்ற பொலிஸ் குண்டர்கள்

ஏராளமான இஸ்லாமிய அரசியல் செயற்பாட்டாளர்களைச் சுற்றி வளைத்தனர். அத்துடன் நீண்டகாலப் பயணங்கள் முடிந்து வீடு திரும்பும் எகிப்திய இளைஞர்களும் பாஸ்போர்ட்டில் பாகிஸ்தான் விசாக்களின் முத்திரை இருந்தவர்களும் தடுத்துவைக்கப்பட்டனர். நூற்றுக்கணக்கில் என்று மதிப்பிடத்தக்க ஆப்கானிய இளைஞர்கள் மசூதிகளிலும், தளர்வான முனைகளிலும் சுற்றித்திரிவதைப் பற்றி ஜோர்தானிய அதிகாரிகளும் வெளிப்படையாகக் கவலைப்படத் தொடங்கினர். பிலிப்பைன்ஸில் கூடத் தீவுக் கூட்டத்தின் தெற்கில் ஆப்கான் வீரர்களின் வருகை 'அபு சயாஃப் குழு'வுடன் ஒரு மினி ஜிஹாத் கேங்க்ஸ்டார் சொர்க்கத்தை அமைத்தது.

ஜார்ஜியா, அப்காசியா, செச்சன்யா, தஜிகிஸ்தான், அல்ஜீரியா, எகிப்து, போஸ்னியாவில் கூடத் துப்பாக்கி ஏந்திய இஸ்லாமியர்களின் புதிய நுண்ணிய போர்கள் பல அமெரிக்க நட்பு நாடுகளையும் நலன்களையும் அச்சுறுத்தினாலும், சில மோதல்கள் அமெரிக்க வெளியுறவுக் கொள்கையை உருவாக்குபவர்களுக்குப் பயனுள்ளதாக இருந்தன. பீட்டர் கோவன், டேவிட் கிப்ஸ், மைக்கேல் சோசுடோவ்ஸ்கி போன்ற அறிஞர்கள் அமெரிக்காவின் புதிய பனிப்போருக்குப் பிந்தைய ஏகாதிபத்தியத்தின் தர்க்கத்தை வரைந்துள்ளனர். அவர்கள் பார்வையில் சோசலிசமும் வர்க்கப் போராட்டத்தின் சித்தாந்தமும் பெரும்பாலும் மறைந்துவிட்டாலும் அமெரிக்க கார்ப்பரேட் நலன்களுக்கும் அரசியல் அதிகாரத்துக்கும் அச்சுறுத்தல்கள் உள்ளன. பிராந்திய அளவில் அமெரிக்காவிற்குப் போட்டியாக இருக்கும் மற்ற முதலாளித்துவ சக்திகளைக் கொண்ட பழைய விஷயம் உட்பட.

உதாரணமாக, போஸ்னியா. பீட்டர் கோவன் கூறியது போல், போஸ்னியாவுக்கான போர் ஆர்கானிக் தோற்றம் கொண்டதுடன் அமெரிக்காவும் ஐரோப்பாவின் 'நட்பு' நாடுகளும் செல்வாக்கிற்காக விளையாடிய ஒரு ப்ராக்ஸி தியேட்டராக இருந்தது. ஐரோப்பா தனியாகச் செல்ல முடியுமா? அதனுடன் ஐரோப்பிய யூனியன் மீது அமெரிக்கச் செல்வாக்கு என்னாகும்? பால்கன் நெருக்கடியைக் கட்டுப்படுத்தக்கூடியவர் இந்தக் கேள்விகளையும் யூரோ-அட்லாண்டிக் உறவுகளின் எதிர்காலத்தையும் தீர்மானிப்பர். போராட்டத்தில் கவனிக்கப்படாத விவரம் 1992ஆம் ஆண்டு போஸ்னியாவின் ஜனநாயக நடவடிக்கையின் ஆளும் கட்சியால் ஆட்சேர்ப்பு செய்யப்பட்ட பக்தியுள்ள சவுதியின் செல்வாக்குள்ள வஹாபிஸ்ட் முஜாஹிதீன் வீரர்களின் வருகை ஆகும். செச்சன்யா, சவுதி அரேபியா, எகிப்து, பாகிஸ்தானைச் சேர்ந்த இந்த

அடிப்படைவாதப் போர்வீரர்கள் விரைவில் அமெரிக்கப் பயிற்சியைப் பெறவிருந்த அதே அரசுப் படைகளுடன் இணைந்து போராடினர். சர்வதேசச் சமூக ஆய்வாளர்களின் கணிப்பின்படி போஸ்னியாவிலுள்ள முஜாஹிதீன்களின் எண்ணிக்கை 1995இல் மட்டும் சில நூறுகளிலிருந்து சுமார் 6,000 வரையிலும் வளர்ந்தது.

போஸ்னிய அரசாங்கத்தில் ஆதிக்கம் செலுத்தும் இஸ்லாமியக் கட்சி ஒன்று அமெரிக்கக் கூட்டாளியாகவும் சில சமயங்களில் வாடகைதாரராகவும் இருந்தது. இவ்வாறு, அமெரிக்கக் கொள்கை வகுப்பாளர்கள் இன்னும் அதிகமான ஜிஹாதிகளை நோக்கித் தெளிவற்றவர்களாக இருந்தனர். இறுதியில் அமெரிக்கா வெற்றி பெற்றது. இது ஐரோப்பாவின் நேட்டோ அமெரிக்க விமானப்படையின் மேன்மையின் மீது நேட்டோவின் சார்பு ஆகியவற்றைத் தொடர்ந்து நிரூபித்தது. போருக்கு டேட்டன் தீர்மானத்தை (Dayton resolution) முன்னெடுத்த பிறகு, அமெரிக்க எதிர்ப்பு முஜாஹிதீன் தன்னார்வலர்களை அகற்றுவது பொதுக் கோரிக்கையாகவும், அலிஜா இஸெட்பெராவிட்ச் அரசாங்கத்தைக் காப்பாற்றுவதற்கான முன்நிபந்தனையாகவும் மாறியது. இதேபோன்றே அமெரிக்க எதிர்ப்பு இஸ்லாமியர்கள் கொசோவோவில் விளையாடிய அமெரிக்க மூலோபாய நலன்களை மறைமுகமாக முன்னெடுத்துச் சென்றனர்.

இங்கே கொசோவோ விடுதலை இராணுவம் (Kosovo Liberation Army - KLA), முதன்மையானதொரு குண்டர் அமைப்பு. செர்பியர்களுக்கு எதிரான போராட்டத்தில் பல அரபு-ஆப்கானிய 'விருந்தினர்களின்' சேவைகளை ஏற்றுக்கொண்டது. உண்மையில், அல்பேனியா-அரபு இஸ்லாமிய வங்கியில் மறைவில் பணியாற்றிய அல்ஜீரியன் பிரெஞ்சு நாட்டவர், ஆப்கானிஸ்தானில் பயிற்சி பெற்ற முஜாஹிதீன் கால்நடை மருத்துவர் கிளாட் காதரின் விசாரணையின் சாட்சியத்தின்படி, பின்லேடன், அல்-ஜவாஹிரி ஆகிய இருவரும் 1996இலும் 1997இலும் அல்பேனியாவுக்கு விஜயம் செய்ததாகத் தெரிவிக்கப்படுகிறது. இது உண்மையா என்று யாருக்குத் தெரியும்? ஆயினும்கூட, கொசோவோவில் மத்திய கிழக்கு இஸ்லாமியத் தீவிரவாதத்தின் செல்வாக்கு உண்மையானது. அந்த மாகாணத்தின் கிராமப்புறங்களில் பயணம் செய்யும் எவரும் பல புதிய விசித்திரமான பளபளப்பான மசூதிகளுக்கு வஹாபிஸ்டுகளும் ஒசாமா பின்லேடனும் உட்பட பிற அரபு அடிப்படைவாதிகளாலும் நிதியளிக்கப்பட்டது என்று சொல்கிறார்கள்.

கதையின் இந்த இரண்டாம் கட்டத்தில் அமெரிக்கா வலதுசாரி அரசியல் இஸ்லாத்துடன் வசதியாக இருந்ததென்று பொருள் இல்லை. மாறாக, ஜிஹாதிஸ்டுகளுக்கான அமெரிக்கக் கொள்கைச் சுருக்கங்களால் செய்யப்பட்டது. அமெரிக்கா ஜிஹாதிஸ்ட் அச்சுறுத்தலை பெரிதாக எடுத்துக்கொள்ளவில்லை. ஜிஹாதிஸ்ட்களின் செயல்பாடுகளில் பெரும்பாலானவை அமெரிக்காவுக்குப் பயனுள்ளதாக இருந்தன. கொசோவோ விடுதலை ராணுவம் (*KLA*) அமெரிக்க ஆயுதங்களையும் பயிற்சியையும் பெற்றபோது, அமெரிக்கச் செயலாளர் மேடலின் ஆல்பிரைட் கேஎல்ஏவின் காட்ஃபாதர் ஹாஷிம் தாசியுடன் கைகுலுக்கினார். ஆனால் போஸ்னியாவுக்கான அமெரிக்காவின் சிறப்புத் தூதர் ராபர்ட் கெல்பார்ட் இந்தச் சக்தியை 'இஸ்லாமிய பயங்கரவாதிகள்' என்று விவரித்தார்.

2001 செப்டம்பர் 11-க்கு முன்பே, புஷ்ஷின் வெள்ளை மாளிகை அமெரிக்காவில் இருந்த இரண்டு பின்லேடனின் உடன்பிறப்புகள் மீதான எஃப்.பி.ஐ (*FBI*) விசாரணைகளை நிறுத்தியபோதும் வெவ்வேறு அளவுகளில் இருந்தபோதிலும் அதே குழப்பம் காணப்பட்டது. பிபிசியினதும் பிற ஆதாரங்களின்படியும், ஜார்ஜ் டபிள்யூ புஷ்ஷின் தந்தை பின்லேடன் குடும்பத்தின் பல்வேறு உறுப்பினர்களுடன் வணிகப் பங்காளிகள்; இவையனைத்தும் கார்லைல் குழுமம் (*The Carlyle Group*) உட்பட பல்வேறு எண்ணெய்ப் பாதுகாப்பு ஒப்பந்த நலன்களால் இணைக்கப்பட்டுள்ளன. ஒசாமாவின் உடன்பிறப்புகள் பற்றிய எஃப்.பி.ஐ விசாரணை அவரது குடும்பத்திற்கும் பின்லேடன்களுக்கும் இடையிலான வரலாறு, மேலான உறவுகளைப் பற்றி மோசமான விளம்பரத்திற்கு வழிவகுக்கும் என்று ஜனாதிபதி புஷ் மிகவும் தர்க்கரீதியாக அஞ்சினார். வெள்ளை மாளிகை எஃப்.பி.ஐ (*FBI*) விசாரணைகளை நிறுத்தக்கோரியதற்கான வேறெந்த வலுவான காரணங்களையும் கண்டறியமுடியவில்லை.

அமெரிக்கத் தலைவர்களின் குருட்டுநிலைகளுக்கு மற்றொரு உதாரணம். அமெரிக்க இராஜதந்திரியும் அரசியல் விஞ்ஞானியுமான *Zbigniew Brzezinski*, ஆப்கானிஸ்தான் போர் பற்றி அளித்த கருத்துகள். இவை 1998 ஜனவரி (15–21) *L'Obs* பிரஞ்சு இதழில் பிரசுரமாயின.

கேள்வி: ஆப்கானிஸ்தானில் அமெரிக்காவின் இரகசிய ஈடுபாடு இருப்பதாலேயே எதிர்த்துப் போராடுகிறோம் என்று

சோவியத்துகள் தங்கள் தலையீட்டை நியாயப்படுத்தியபோது, யாரும் நம்பவில்லை. எனினும், இதில் உண்மையின் ஒரு கூறு இருந்தது. இன்று நீங்கள் இதற்கு வருத்தப்படவில்லையா?

பதில்: என்ன வருத்தம்? அந்த இரகசிய நடவடிக்கை ஒரு சிறந்த யோசனை. நான் வருத்தப்பட வேண்டுமா?

கேள்வி: எதிர்கால பயங்கரவாதிகளுக்கு ஆயுதங்களையும் ஆலோசனைகளையும் வழங்கி இஸ்லாமிய அடிப்படைவாதத்தை ஆதரித்ததற்கு நீங்கள் வருத்தப்படவில்லையா?

பதில்: உலக வரலாற்றில் எது முக்கியமானது? தாலிபானா அல்லது சோவியத் பேரரசின் வீழ்ச்சியா? சில கிளர்ந்தெழுந்த முஸ்லிம்களா? அல்லது மத்திய ஐரோப்பாவின் விடுதலையா? பனிப்போரின் முடிவா?

13

தாலிபான்களின் தோற்றம் ஆப்கானிஸ்தானைத் தொடர்ந்து அவதானிப்பவர்களையும் அல்லாதவர்களையும் கவரும் ஒரு காட்சி. இந்தக் குழு திடீரெனத் தெற்கிலிருந்து மேலே செல்லத் தொடங்குவதற்கு முன்பு அங்குள்ள சில மக்கள் மட்டுமே அதிகம் கேள்விப்பட்டிருந்தார்கள். ஆப்கானிஸ்தானில் முந்தைய பதினெட்டு வருடப் போரில் வெறெந்த ராணுவப் படையாலும் சாதிக்க முடியாத வெற்றியைத் தாலிபான்கள் உடனடியாகவும் விரைவாகவும் அடைந்து கந்தஹாரையும் அதைச் சுற்றியுள்ள காபூலின் புறநகர்ப் பகுதிகளுக்கும் விரிவடைந்தார்கள்.

தாலிபான்களின் முதல் தோற்றத்திற்குப் பிறகிருந்த மிகவும் பொதுவான விளக்கம் என்னவென்றால், அவர்கள் ஹெக்மத்யாரின் ஹிஸ்ப் போன்ற முஜாஹிதீன் இயக்கத்தின் உருவாக்கத்திற்கு உதவிய அதே பாகிஸ்தான் பாதுகாப்புப் படை இன்டர்-சர்வீஸ் இன்டலிஜென்ஸ் (ஐஎஸ்ஐ) உருவாக்கம். அதிகாரத்தை ஒருங்கிணைப்பதில் ஹெகமத்யார் தோல்வியடைந்ததால், ஐஎஸ்ஐ தலைவர்கள் தங்கள் விருப்பப்படி ஒரு புதிய நிறுவனத்தை உருவாக்கினர். அதன் விளைவுதான் தாலிபான் போராளிகள் என்பது ஒரு கருத்து. தாலிபான்களை ஒழுங்கமைத்தல், ஆயுதங்கள் தயாரித்தல், பயிற்சி அளித்தல், நிதியளித்தல் என்பவற்றில்

பாகிஸ்தான் கணிசமான பங்கைக் கொண்டிருந்தாலும், மனித சக்தியும் இயக்கத்தின் உந்துதலும் பாகிஸ்தானின் ஒரு புனைவு என முழுமையாக விவரிக்க முடியாது.

தாலிபான்களின் தோற்றம் பற்றிய விரிவான கலந்துரையாடல் இந்த ஆய்வின் எல்லைக்கு அப்பாற்பட்டதாக இருந்தாலும், முந்தைய அத்தியாயங்களில் விவாதங்களின் பின்னணியில் குறிப்பாக தலிபானுக்கும் இஸ்லாமிய அரசியலுக்கும் இடையேயான தொடர்பு குறித்து குறிப்பாக, போரில் வென்ற ஜிஹாதிகள், கட்சிகள் அவற்றின் அரசியல் கலாச்சாரம் தொடர்பில் தாலிபான்களின் தாக்கங்களிலிருந்து தலிபானின் அர்த்தத்தைக் கருத்திற்கொள்ள வேண்டியதிருக்கிறது.

தாலிபானின் வெற்றியைப் பகுப்பாய்வு செய்வதில் இயக்கத்தின் வெளிப்படையான புதுமை இருந்தபோதிலும், அரசியல் நிகழ்வுகளில் மதக்கல்வி மாணவர்கள் (தாலிபான்) முக்கியப் பங்கு வகிப்பது இது முதல் முறையல்ல என்பதை அங்கீகரிப்பது முக்கியம். மாறாக, பத்தொன்பதாம், இருபதாம் நூற்றாண்டுகளின் தொடக்கத்தில் பல்வேறு அரசியல் இயக்கங்களுக்கான முக்கிய ஆதாரங்களாக மதரஸா மாணவர்கள் இருந்தனர். பிரிட்டிஷ் காலனித்துவ அதிகாரிகளால் அவர்கள் குறிப்பாக ஆபத்தானவர்களாகக் கருதப்பட்டனர். ஏனெனில் அவர்களை அடையாளம் காண்பது அல்லது பொறுப்புகூறுவது மிகவும் கடினம். பழங்குடியினர் எப்போதாவது ராஜ் மீது கொண்டு வந்த அனைத்துப் பிரச்சினைகளுக்கும் இவர்களே வரைபடத்தில் கண்டுபிடிக்கப்பட்டனர். தேவைப்பட்டால் அழிக்கப்படும் கிராமங்கள் அவர்களிடம் இருந்தன; அவர்களுடன் பேச்சுவார்த்தை நடத்தவும், வாக்குறுதிகளைப் பெறவும் தலைவர்கள் இருந்தனர்; மேலும் அவர்கள் நடைமுறை சார்ந்த, பொருள் சார்ந்த ஆர்வங்களைக் கொண்டிருந்தனர். இது எந்தத் தருணத்தின் உற்சாகத்தையும் கடந்து சென்றவுடன் பழகுவதற்கான அடிப்படையை வழங்கியது. இருப்பினும், மதரஸா மாணவர்கள் எல்லா இடங்களிலிருந்தும் வந்தவர்கள்; அவர்கள் பெரும்பாலும் ஆதரவற்றவர்களாக இருந்ததுடன், பொதுவாக ஒரு மோதலை அமைதிப்படுத்துவதை விட மக்களைக் கிளர்ச்சியடைந்த நிலையில் வைத்திருந்தனர்.

சமகால நிலை முற்றிலும் வேறு. ஆனால் பொதுவான ஓர் அம்சம் என்னவென்றால் மதக் கல்வி மீண்டும் சமூக இயக்கத்தின் ஒரு

முக்கிய இடமாக மாறியது. அதிலும் குறிப்பாக இளம் ஆண் ஆப்கான் அகதிகளுக்கு. கடந்த நூற்றாண்டின் தொடக்கத்தில் ஒரு தனிநபர் தனது வாழ்க்கை அதிர்ஷ்டத்தை மேம்படுத்தவும், சமூக மரியாதையைப் பெறவும், குறிப்பாகச் சிலருக்குக் கிராமத்தின் பழங்குடி உலகத்திலிருந்த எல்லை சில வழிகளில் ஒரு கதையாக மாறியது. போருக்கு முன் ஆப்கானிஸ்தானில் பழங்குடியினர் உறைவிடப் பள்ளிகளுக்கு அரசாங்கம் நிதியுதவி அளித்ததுடன் எல்லைப் பகுதிகளைச் சேர்ந்த பல பிரகாசமான, லட்சியவாதி இளைஞர்கள் பட்டப்படிப்புக்குப் பிறகு அரசு வேலை கிடைக்கும் என்ற நம்பிக்கையுடன் இந்தப் பள்ளிகளில் படித்தனர். எனினும், போர் தொடங்கிய போது பெரும்பாலான ஆப்கானியர்களுக்கு இந்த வாய்ப்பு நின்றுபோனது. மூன்று முதல் நான்கு மில்லியன் மக்கள் பாகிஸ்தானுக்குத் தப்பிச் சென்றனர். மேலும் பெரும்பான்மையானவர்கள் அகதிகள் முகாம்களிலும் எல்லைகளிலும் சிதறடிக்கப்பட்டனர். பெரும்பாலான முகாம்களில் ஆரம்பப் பள்ளிகள் இருந்தன. ஒரு சில மேல்நிலைப் பள்ளிகள் குறிப்பாக ஆப்கானிஸ்தான் அகதிகளுக்காக அமைக்கப்பட்டன. ஆனால் இந்தப் பள்ளிகள் கல்வியை விடச் சமூகக் கட்டுப்பாட்டோடு தொடர்புடையனவாக இருந்தன. அவற்றில் பயின்ற சிலருக்கு மட்டுமே வாழ்க்கை வாய்ப்புகள் விரிவடை ந்தன. மதரஸாக்களில் கலந்துகொண்டவர்கள் நிலை வேறு. பத்தொன்பதாம் நூற்றாண்டைப் போலவே, மதக் கல்வி மீண்டும் சமூக முன்னேற்றத்திற்கான உறுதியான ஒரு வழியாக இருந்தது. போருக்கு முந்தைய ஆண்டுகளில் மதரஸா பட்டதாரிகள் பொதுவாகக் குழந்தைகளுக்குக் கற்பித்தல், கிராம மசூதிகளைக் கவனித்துக்கொள்வது போன்ற மோசமான நிலைகளில் முடிவடைந்தனர். ஆனால் பாகிஸ்தானில், மதத் தலைவர்களின் கைகளில் எதிர்ப்புக் கட்சிகளுடன், மதராசா பட்டதாரிகளுக்கு முன்பை விட அதிகமான, இலாபகரமான விருப்பங்கள் இருந்தன. மதரஸாக்களும் மதச்சார்பற்ற பள்ளிகளைப் போலத் துடிப்பானவையாகவும் கலகலப்பானவையாகவும், வெளியுலகத்துடன் அதிகம் இணைக்கப்பட்டவையாகவும் இருந்தன. ஏனென்றால் மக்களின் வாழ்க்கையை வரையறுக்கும் போர் ஒரு மதப் போராட்டமாகப் பார்க்கப்பட்டது. அத்துடன், மதரஸாவில் பட்டம் பெற்றவர்கள் அந்த மதப் போராட்டத்தில் குறிப்பிடத்தக்க பாத்திரங்களை வகிக்கும் வாய்ப்பையும் பெறக்கூடியதாக இருந்தது.

இனி மதப் பள்ளிகள் எந்த வகையிலும் 'எளிய' கற்பித்தல் மையங்களாக இல்லை. அவை அதிகாரம் பெற்ற அமைப்புகளின் தோற்றத்தைப் பெற்றன. பல பள்ளிகள் அரசியலின் சுற்றுப்பாதைக்கு வெளியே இருந்தன என்றாலும், பெரும்பாலான மதரஸாக்கள் கட்சி ஆதரவு, அரசியல் கட்சிகளில் இருப்பைத் தேடும் வரிசையில் முனைந்திருந்தன. தங்கள் சொந்த நிதி ஆதரவாளர்களைக் கண்டுபிடித்துக் கட்சிகளிடமிருந்து தங்கள் சுதந்திரத்தைப் பராமரித்தன. இதன் விளைவாக 1980 களிலும் 1990 களின் முற்பகுதியிலும் இஸ்லாமிய அரசியல் கட்சிகளும் அவற்றின் தலைவர்களின் நற்பெயரும் தொடர்ந்து சரியத் தொடங்கியது. ஆனால் ஆப்கானிஸ்தான் மதரஸாக்கள் இன்னும் ஒரு சிறந்த இஸ்லாமிய அரசியலாக மாறக்கூடுமென்ற கருத்தை உயிரோடு வைத்திருந்தன. இந்தச் செய்தியானது போராளி வீரர்களுக்கு ஒரு சிறப்பு ஆற்றலைக் கொடுத்தது. அத்துடன் முகாம்களில் வளர்ந்த இளம் அகதி இளைஞர்கள் கட்சிகளால் நடத்தப்படும் ஜிஹாத்தில் ஊழல் நிறைந்த நிர்வாகம், ஒழுக்கச் சீர்கேடு என்பவற்றை நேரில் பார்த்து ஏமாற்றமடைந்தனர்.

தாலிபான்களைப் பாகிஸ்தான் அரசின் உருவாக்கமென்று குறிப்பிடுபவர்கள், தாலிபான்கள் அடிப்படை வழியில் பாகிஸ்தானியர்கள் அல்லது குறைந்தபட்சம் ஆப்கானிஸ்தான், பாகிஸ்தான் இரண்டினதும் கலப்பினமாக இருப்பதைக் கவனிக்கவில்லை. கிராமங்கள், பழங்குடியினருடன் பிணைக்கப்பட்ட முந்தைய தலைமுறைகளைப் போலல்லாமல் தாலிபான் தலைமுறையினர் பாகிஸ்தானிலுள்ள அகதி முகாம்களில் பல்வேறு பின்னணியிலான மக்களுடன் வளர்ந்தனர். மேலும் அவர்களில் பலர் போரில் ஒருவரை அல்லது பெற்றோரில் இருவரையும் இழந்த நிர்க்கதியானவர்கள். இத்தகைய சூழலில், வம்சாவளிக் குழு, பழங்குடி மூதாதையர், குடும்பத்தில் கூட விசுவாசம் வைப்பது அதன் முந்தைய முக்கியத்துவத்தை இழந்தது. அறக்கட்டளைகளால் கட்டப்பட்ட மதப் பள்ளிகள் பல்வேறு பின்னணியிலிருந்து வந்த இளைஞர்களை ஒன்றிணைத்தது. அவர்களில் பலர் போருக்கு முன்பு ஆப்கானிஸ்தானில் காலடி எடுத்து வைத்திராதவர்கள். எனவே போருக்கு முன்பு ஆப்கானிஸ்தான் எப்படி இருந்தது என்பது பற்றிய தெளிவற்ற கருத்துகளை மட்டுமே கொண்டிருந்தனர். தங்கள் ஆசிரியர்களைப் போலவே பெரும்பாலான மதரஸா மாணவர்களும் கட்சிகளின் சச்சரவுகளிலும் ஊழலிலும் ஏமாற்றமடைந்தனர். ஆனால்

பார்வையில் இன்னும் சிறந்தவர்களாயிருந்தனர். அரை-மடாலயச் சமூகங்களில் மாதங்களை அல்லது வருடங்களைக் கழித்ததால் இணைந்த இந்த ஆட்சேர்ப்பாளர்கள் உலகத்தைப் பற்றிய புரிதலில் அப்பாவிகளாக இருந்தனர். மேலும் பழங்குடி, பிராந்திய, இன, கட்சி விசுவாசங்களால் ஒப்பீட்டளவில் கறைபடாதவர்கள். இது புகலிடப் பிரபஞ்சத்தில் பலரின் மதிப்புகளை நிபந்தனை செய்து சமரசம் செய்தது. சந்தேகத்திற்கு இடமின்றி அவர்கள் கோட்பாட்டில் விவாதித்ததை நடைமுறைப்படுத்த ஆர்வமாக இருந்தனர். மேலும் தாலிபான் இயக்கத்தின் தோற்றம் அந்த வாய்ப்பை வழங்கியது.

காபூலை முற்றுகையிடும் வரை அவர்கள் எவ்வளவு சிறிய எதிர்ப்பை எதிர்கொண்டார்கள் என்பது தாலிபான்களின் அதிகாரத்திற்கான உந்துதலின் மிகக் குறிப்பிடத்தக்க அம்சங்களில் ஒன்றாகும். ஏறக்குறைய இருபது ஆண்டுகளாக ஓர் ஒருங்கிணைந்த இயக்கத்தை நிறுவுவதற்கான முயற்சிகள் தோல்வியடைந்தன. இதுவே தாலிபான்கள் ஏன் வெற்றி பெற்றார்கள் என்று எழும் கேள்விக்கான முதல் பதிலாக இருக்கக்கூடியதும். மேலும், இந்தக் கேள்விக்குப் பதிலளிப்பதில் ஆரம்பக்கால தாலிபான்களின் எளிதான வெற்றிகள் அனைத்தும் பஷ்டூன் பகுதிகளில் இருந்தன என்ற உண்மையை ஒருவர் கருத்தில்கொள்ளவும் வேண்டும். காபூலுக்கு வடக்கே உள்ள தாஜிக் பகுதிகளைக் கட்டுப்படுத்துவதற்காக மசூத்துடன் அவர்கள் நீண்டகாலமாகப் போராடியதற்குச் சான்றாகத் தாலிபான்கள் பஷ்டூன் அல்லாத பகுதிகளில் முன்னெடுத்த முயற்சிகள் எதுவும் இரத்தக்களரி இல்லாமல் குறிப்பிடத்தக்க ஊடுருவல்களைச் செய்யவில்லை. இருப்பினும், இந்த எச்சரிக்கையுடன் கூட தாலிபான்களின் சாதனை இன்னும் கணிசமாக உள்ளது. ஏனெனில் பஷ்டூன்கள் ஆப்கானிஸ்தானின் போருக்கு முந்தைய மக்கள்தொகையில் பாதிக்கும் குறைவானவர்களாக இருந்தனர். அத்துடன், நீண்ட காலமாக நாட்டின் மிக சக்திவாய்ந்த இனமாக இருந்தனர். மேலும் அவர்கள் மிகவும் பிரபலமானவர்கள். முக்கியமாக, இந்தப் பெரிய - வேறுபட்ட மக்கள்தொகையை எந்தக் கட்சியும் இயக்கமும் ஒருபோதும் ஒரு அரசியல் குடையின் கீழ் கொண்டு வர முடியவில்லை.

மதரஸாவிலிருந்து இராணுவ இயக்கத்திற்குள் நுழைந்த தாலிபான்களின் வெற்றி அவர்களுக்கு முன்னால் இருந்த ஊழலில் இருந்து முதலில் தோன்றியது. தாலிபான் புராணத்தின் ஒரு

பகுதி என்னவென்றால் முல்லா உமர் ஒரு நாள் தாலிபான்களை உருவாக்கத் தன்னை அர்ப்பணித்தார். இவர் முன்னைய முஜாஹிதீன்களின் தளபதியாக இருந்தார். பாகிஸ்தானின் கைபர் பக்துன்க்வாவில் உள்ள தாருல் உலூம் ஹக்கானியாவில் பட்டம் பெற்ற இவர், தாலிபான்களை வழிநடத்தி 1996இல் ஆப்கானிஸ்தான் இஸ்லாமிய எமிரேட்டை (*Islamic Emirate of Afghanistan*) நிறுவினார். சோவியத் திரும்பப் பெற்ற பிறகும் முஜாஹிதீன் ஆட்சியில் கொள்ளை, கொலை, பாலியல் பலாத்காரம் போன்ற அராஜகங்களிலிருந்து மக்களை விடுவிப்பதற்காகத் தாலிபான்கள் வந்தார்கள் என்பது சராசரி ஆப்கானியர்களின் அனுபவத்திற்குள் நம்பத் தகுந்த கதை.

தாலிபான்கள் யார் அல்லது அவர்கள் எதைப் பிரதிநிதித்துவப் படுத்துகிறார்கள் என்பதை மக்கள் அறிவதற்கு முன்பே மக்களின் சந்தேகத்திற்கான பதிலை விரைவில் அளித்தனர்.

தாலிபான்கள் 'கிராம அடையாளம்' என்று அழைக்கப்படும் பழங்குடி அல்லது பிராந்திய அடையாளங்களைத் தொடர்ந்து குறைத்து மதிப்பிட்டனர். தாலிபான் செய்தித் தொடர்பாளர் மௌலவி ரபியூல்லா முஆசின் மேற்கத்திய நிருபர்களுக்கு அளித்த பேட்டியில், கடந்த 40 அல்லது 50 ஆண்டுகளில், குறிப்பாக காபூலில் நமது கலாச்சாரம் பெரிதும் மாற்றப்பட்டுள்ளது. கிராமங்களில் கலாச்சாரம் பெரிதாக மாறவில்லை. நாங்கள் நமது கலாச்சாரத்தைத் தூய்மைப்படுத்த முயற்சிக்கின்றோம். நாங்கள் ஒரு தூய்மையான இஸ்லாமியக் கலாச்சாரத்தையும் பாரம்பரியத்தையும் மீண்டும் நிறுவ முயற்சிக்கிறோம். (ராய்ட்டர், மார்ச் 29, 1997)

இஸ்லாத்துடன் தூய்மையான கலாச்சாரத்தையும் பாரம்பரியத்தையும் அடையாளம் காண்பதில் தாலிபான்கள் கட்சிகளின் இஸ்லாத்தைக் கண்டனம் செய்தனர். ஏனெனில் பெரும்பாலான கட்சித் தலைவர்கள் காபூல் பல்கலைக்கழகத்தின் தயாரிப்புகளாக இருந்தனர் அல்லது அரசு ஆதரவு நிறுவனங்களுக்காக வேலை செய்தார்கள். அவர்களுடைய இயக்கம் வெற்றிபெற வேண்டுமானால் தங்களின் ஆதரவைப் பெற வேண்டிய மக்களுக்கு இணையாக அவர்கள் தங்களை வைத்துக்கொண்டனர். உண்மை என்னவென்றால், தாலிபான்கள் தங்கள் வாழ்நாளின் பெரும்பகுதியை அகதி முகாம்களிலும் ஆயுதம் ஏந்திய முஜாஹிதீன் குழுக்களிலும் மதக்கல்வி மதரஸாக்களிலும் கழித்தவர்கள். கிராமங்களைப் பற்றிய சிறிய அனுபவத்தையே அவர்கள் கொண்டிருந்தனர்.

தாலிபான்கள் பற்றிய தகவல்களில் கவனிக்கத்தக்க ஒரு கூடுதல் அம்சம் என்னவெனில் அவர்களின் தலைமையுடனான உறவு கண்ணுக்குத் தெரியாதது. தாலிபான்கள் பெயரளவில் முல்லா உமரால் தலைமைதாங்கப்பட்டாலும் பெரும்பாலான முடிவுகள் கந்தஹாரைத் தலைமையிடமாகக் கொண்ட இஸ்லாமிய மதகுருக்கள் குழுவிலிருந்து வெளிவந்தன. இந்த மனிதர்களைப் பற்றி யாருக்கும் அதிகம் தெரியாது. மேலும் அவர்கள் ஒரு குறைந்த சுயவிவரத்தை வைத்திருப்பது கொள்கையாக இருந்தது. இந்த மூலோபாயத்தின் பின்னணியிலுள்ள உந்துதலை மட்டுமே ஒருவர் ஊகிக்க முடியும்.

தாலிபான்களின் தொடக்க கால வெற்றிக்கு மிக முக்கியமாக இருந்த காரணம், மதரசாவிலிருந்து அரசியலுக்கு வந்து ஆயுதம் ஏந்திய வெகு சீக்கிரத்தில் அவர்கள் மக்களின் அபிமானத்தை வென்றதுமாகும். தாலிபான் இயக்கம் 1995இல் நீராவி எடுக்கத் தொடங்கியபோது, ஒவ்வொரு புதிய பகுதியையும் பாதுகாப்பாக வைத்திருப்பதில் அவர்களின் நற்பெயர் இருந்தது. சோவியத் படைகளாலும் நஜிபுல்லா அரசினாலும் சோர்வடைந்திருந்த மக்கள் இவர்களை ஆதரிக்கத் தொடங்கினர். உள்ளூர் மக்கள் ஒரே பழங்குடியினர் அல்லது ஒரே இனத்தைச் சேர்ந்தவர்களாக இருந்தபோதும் உள்ளூர் தளபதிகளை ஆதரிக்கத் தவறினர். ஆனால் தாலிபான்கள் நிறுவப்பட்ட வழக்கத்திலிருந்து விலகிய சில சிக்கனங்களும் தூய்மையான கோட்பாடுகளின் வாக்குறுதிகள் இருந்தபோதிலும், மக்கள் தற்போதைய நிலையில் புதிய தலைமையை ஏற்கத் தயாராக இருந்தனர். தாலிபான்கள் முழு நாட்டிலும் தேர்ச்சி பெறவில்லை என்றாலும், அவர்கள் கட்டுப்படுத்தும் பகுதிகளிலுள்ள சாலைகள் ஒப்பீட்டளவில் பாதுகாப்பானவையாக மாறின. மக்கள் பல வருடங்களாகச் செல்ல முடியாதிருந்த சாலைத் தடுப்புகளில் பயமின்றிப் பேருந்துகளில் பயணம் செய்ய முடிந்தது. மேலும் லாரிகள் அதிக சாலை வரிகளைச் செலுத்தாமல் பொருள்களை எடுத்துச் சென்றன. இது ஒரு பெரிய சாதனையாகத் தோன்றாது. பொதுவாக மேற்கத்திய கணக்குகளில் இது புறக்கணிக்கப்படுகிறது. ஆனால் ஒரு தசாப்த கால சோவியத் ஆட்சியும் முன்னாள் முஜாஹிதீன் தளபதிகளின் பல வருட வேட்டையாடலுக்குப் பிறகு அடிப்படைப் பாதுகாப்பு என்பது நீண்ட கால ஆடம்பரமாக மட்டுமல்ல பலருக்குப் புதிய ஆட்சிக்கான ஆதரவை வழங்குவதற்குப் போதுமான காரணமாகவும் இருந்தது.

14

ஆப்கானிஸ்தான் ஜனாதிபதி டாக்டர். நஜிபுல்லா ஏப்ரல் 1992 வரை ஆட்சியில் இருந்தார். சோவியத் யூனியன் ஆக்கிரமிப்புப் போராட்டம் பரஸ்பர உடன்படிக்கையில் முடிந்ததால் அமெரிக்கா உள்ளிட்ட வெளிநாட்டு உதவிகளும் ஆதரவும் நிறுத்தப்பட்டது. நஜிபுல்லாவும் முஜாஹிதீன்களுக்கு எதிரான போராட்டத்தை நிறுத்தினார்.

எனினும், ஆக்கிரமிப்புப் போர்களினாலும் அரசியல் சூழ்ச்சிகளினாலும் சபிக்கப்பட்ட ஆப்கானிஸ்தானினுள் ஒவ்வொரு நாளிலும் மோதலின் தீவிரம் அதிகரித்தது. ஆப்கானிஸ்தான் பழங்குடி, பல இன, பன்மொழிச் சமூகப் பிரிவினைவாதம், இராணுவப் பிழைகளால் போர் அராஜகத்தில் நழுவியது. நாடு போர்களின் களமாக மாறியது. அங்கு எல்லோரும் அனைவருக்கும் எதிராக இருந்தனர்.

ஆட்சியிலிருந்த ஆப்கானிஸ்தான் மக்கள் ஜனநாயகக் கட்சி (PDPA), சோவியத் ஆக்கிரமிப்புக்கு எதிரான போராட்டத்தில் பங்கேற்ற பல பிரிவுகள், புதிதாகத் தோன்றிய போராளிக் குழுக்கள் அனைத்தும் சேர்ந்து தலைநகருக்குள்ளும் அதைச் சுற்றியுள்ள பகுதிகளிலும் நாட்டின் பிற இடங்களிலும் கட்டுப்பாட்டிற்காகப் போராடின. இவற்றினிடையே ஐ.நா. சபையினதும் அண்டை நாடுகளினதும் மத்தியஸ்த முயற்சிகள் இருந்தபோதிலும், ஸ்திரத்தன்மையை அடைவதற்கு அதிகாரப் பகிர்வு குறித்த எந்தவொரு அரசியல் ஒப்பந்தங்களுக்கும் போதுமான ஆதரவை வெல்வது சாத்தியப்படவில்லை.

சர்வதேசச் சமூகத்தின் முயற்சிகளில் ஐக்கிய நாடுகள் அதிகாரப் பகிர்வு ஏற்பாடு செய்யப்பட்டது. பதினைந்து உறுப்பினர்களைக் கொண்ட ஓர் இடைக்கால அரசாங்கம் பல முஜாஹிதீன் குழுக்கள், வாட்டன் கட்சி, முன்னாள் கம்யூனிஸ்டுகளிடையே தேர்ந்தெடுக்கப்பட்டது. ஆனால், நஜிபுல்லாவின் அரசாங்கம் சிதைந்து போனதால் ஐ.நா திட்டத்தின்படி எல்லாம் சரியாக நடக்கவில்லை. அப்துல் ரஷித் தோஸ்தம் ஆட்சியைக் கைவிட்டு, கிளர்ச்சி இராணுவ அதிகாரிகளுடனும் சில முக்கியக் கெரில்லா கட்சிகளின் தலைவர்களுடனும் கூட்டணி அமைத்தார். மற்றொரு சக்திவாய்ந்த முஜாஹிதீன் தலைவர் அஹ்மத் ஷா மசூத் வடக்கு

ஆப்கானிஸ்தானில் கூட்டணி அமைத்து நடுநிலை அரசாங்கத்தின் ஐ.நா. திட்டத்திற்கு அப்பால் சென்றார்.

முன்னர் நஜிபுல்லாவுடன் கூட்டணி வைத்திருந்த சில தளபதிகளுடன் பேச்சுவார்த்தை நடத்தியதைத் தொடர்ந்து அஹமது ஷா மசூத்தின் படைகள் காபூலுக்குள் நுழைந்தன. மற்ற முஜாஹிதீன் படைகளும் நகரத்திற்குள் நுழைந்து நிறுவனங்களையும் சுற்றுப்புறங்களையும் தங்கள் கட்டுப்பாட்டில் வைத்திருந்தன. நஜிபுல்லாவின் அரசாங்கத்திலிருந்து பல பிரிவுகள் மசூத்தின் படைகளில் சேர்ந்தன. மற்றவர்கள் மற்ற பிரிவுகளில் சேர்ந்தனர் அல்லது வெறுமனே தப்பி ஓடிவிட்டனர்.

மசூதின் படைகளுக்கும் குல்புதீன் ஹிக்மத்யரின் ஹிஸ்ப்-இ இஸ்லாமி படைகளுக்கும் இடையே கிட்டத்தட்ட உடனடியாக மோதல்கள் தொடங்கின. மசூதின் படைகள் தோஸ்தத்தின் ஜுன்பிஷ் தளபதிகளுடன் இணைந்து ஹிஸ்ப்-இ இஸ்லாமி கோட்டைகளில் ராக்கெட்டுகளையும் பீரங்கிகளையும் ஏவியது. அதே நேரத்தில் ஹிஸ்ப்-இ இஸ்லாமி விமான நிலையம், மைக்ரோரேயன், அரண்மனையைச் சுற்றியுள்ள பகுதிகள், பாதுகாப்பு அமைச்சகம், காபூல் காவல்படை ஆகியவற்றைத் தாக்கியது. இந்தத் தாக்குதலில் மட்டும் ஹிஸ்ப்-இ இஸ்லாமியின் ராக்கெட் தீப்பிடித்து நூற்றுக்கணக்கான பொதுமக்கள் கொல்லப்பட்டனர். இந்தத் தாக்குதலில் இறந்தவர்கள் 3,000 பேர் என்று அறிக்கைகள் குறிப்பிடுகின்றன. இது ஒரு உதாரணம் மட்டுமே. நாளாந்தம் நடந்த தாக்குதல்களில் கொல்லப்பட்ட பொதுஜனங்களின் சடலங்கள் கணக்கற்றுக் குவிந்தன.

மோதலில் பல்வேறு தரப்பினரின் கண்மூடித்தனமான ராக்கெட், குண்டுவீச்சு தாக்குதல்கள் பற்றிய பகுப்பாய்வுகளை உள்நாட்டு ஆய்வாளர்கள் கல்வியிலாளர்கள் சமூகம் சுயாதீனமாக மேற்கொண்டுள்ளது. ‘ஆப்கானிஸ்தான் நீதி திட்டம்’ என்ற பெயரில் போர்க்குற்றங்களையும் காணாமலாக்கப்பட்டவர்கள், கொல்லப்பட்டவர்களின் தகவல்களையும் சுயாதீன உள்நாட்டு ஆய்வாளர்கள் நேர்மையாகத் தொகுத்துள்ளார்கள். சுயாதீன ஆய்வாளர்கள் சண்டைகள் இடம்பெற்ற பகுதிகளுக்குச் சென்று சாட்சியங்களையும் தப்பிப் பிழைத்து உயிர்வாழ்கின்றவர்களையும் நேரடியாகக் கண்டு தகவல்களைச் சேகரித்துள்ளனர். ஒவ்வொரு ஆண்டிலும் ஒவ்வொரு மத அடிப்படைவாதக் குழுக்களும் மேற்கொண்ட மோதல்கள், அவர்கள் பயன்படுத்திய கனரக

ஆயுதங்கள், காணாமலாக்கப்பட்டவர்கள், தூக்கிலிட்டும், துப்பாக்கியாலும் கொல்லப்பட்டவர்களின் கொள்ளை, பாலியல் வன்புணர்வுகள், கூட்டுப்பாலியல் தாக்குதல்களின் தகவல்களை அவர்களின் குடும்ப உறுப்பினர்கள் அல்லது நேரடிச் சாட்சியங்கள் வழியாகப் பகுப்பாய்வில் பதிவு செய்யப்பட்டுள்ளன. ஆனால் இவை முழுமையற்றதல்ல என்பதே ஆப்கான் நீதி திட்ட சுயாதீன ஆய்வாளர்களின் கருத்து. இவ்வாறு நடந்த அநீதிகள் பற்றிய எந்த முறையான முறைப்பாடுகளும் இல்லை. இதுவரையில் எந்தவித வழக்குகளும் இடம்பெற்றதில்லை.

1992 ஏப்ரல் 26 அன்று, பாகிஸ்தானில் தலைவர்கள் பெஷாவர் ஒப்பந்தத்தில் கையெழுத்திட்டனர். இது ஒரு இடைக்கால அரசாங்கத்தையும் தேர்தல்களுக்கான கால அட்டவணையையும் நிறுவியது. மசூத் பாதுகாப்பு அமைச்சரானார். இருப்பினும் ஆப்கானிஸ்தான் இஸ்லாமிய அரசு (ISA) இன் அதிகாரம் மட்டுப்படுத்தப்பட்டது. பெரும்பாலான முஜாஹிதீன் கட்சிகள் ஒப்பந்தங்களுக்கு ஒப்புக்கொண்ட நேரத்தில் (ஈரான் ஆதரவு ஷியா கட்சிகள் விலக்கப்பட்டன, அதைத் தொடர்ந்து சில மோதல்களுக்குக் களம் அமைந்தது), தலைநகரிலும் அதன் சுற்றுவட்டாரத்தின் பல்வேறு பகுதிகளிலும் போட்டிகளும் பிரிவுகளும் ஏற்கெனவே ஒரு பிடியை நிறுவிவிட்டன. காபூலுக்கு வெளியே பிரிவுகள் தங்களைப் பிரதிபலித்தன. ஏனெனில் தளபதிகள் பிரதேசங்களைக் கைப்பற்றி, சோதனைச் சாவடிகளை நிறுவி, சட்டமாகச் செயல்பட்டனர்.

விதிவிலக்காகச் சில நகர்ப்புறங்களில், குறிப்பாக ஹெராட், மசார்-ஐ ஷெரீப் ஆகிய பிரதேசங்களில் செயல்படும் நிர்வாகம் பராமரிக்கப்பட்டது. ஆப்கானிஸ்தான் இஸ்லாமிய அரசு காலத்தில் மசூத்தின் நோக்கம் அவருக்கு எதிராகப் போராடும் படைகளைத் தோற்கடிப்பதாகும் (இவை ஹிக்மத்யாரின் ஹிஸ்ப் இஸ்லாமியுடன் தொடங்கியது, பின்னர் ஷியா கட்சி ஹிஸப்-ஐ வஹதத் அத்துடன் ஜெனரல் தோஸ்தத்தின் ஜுன்பிஷ்-மில்லி படைகளை உள்ளடக்கியது). மேலும் இதன் விரிவாக்கமும் ஒருங்கிணைத்தலும் காபூலுக்கு உள்ளேயும் அதைச் சுற்றியுள்ள பகுதிகளையும் இஸ்லாமிய அரசு கட்டுப்படுத்துகிறது. முதல் ஆண்டில், அவரது முக்கிய எதிரி ஹிஸ்ப்-இ இஸ்லாமி. அவரது ராக்கெட் தாக்குதல்கள் 1992 க்கும் 1995 க்கு இடையில் ஆயிரக்கணக்கான பொதுமக்களைக் குவித்தது.

இருப்பினும், ஹிக்மத்யார் இத்தகைய தாக்குதல்களுக்குக் காரணமான ஒரே தலைவர் அல்ல. காபூலிலுள்ள ஒவ்வொரு முக்கிய ஆயுதப் பிரிவினரும் இந்தக் காலக்கட்டத்தில் காபூலின் தெருக்களில் நடந்த போர்களில் பயன்படுத்திய கனரக ஆயுதங்களைக் கொண்டிருந்தனர். மசூதின் படைகளும் ஜூன்பிஷ் படைகளும் விமானங்களைக் கொண்டிருந்தனர். குறிப்பாகக் காபூலின் தெற்கிலும் மேற்குப் பகுதிகளிலும் போரின் வெவ்வேறு காலங்களில் இவர்கள் விமானங்களில் குண்டு வீசினர். ஹிஸ்ப்-ஐ வஹ்தத் இத்திஹாத் - மசூத் உடனான போர்களில் கனரக பீரங்கிகளையும் பயன்படுத்தினர். இந்தத் தாக்குதல்கள் அனைத்தும் கண்மூடித்தனமானவை மட்டுமல்ல பல்லாயிரக்கணக்கான பொதுமக்கள் உயிரிழப்புகளை விளைவித்தன. இவை போர் சட்டங்களின் கடுமையான மீறல்களைக் குறிக்கின்றன. மேலும் அவை 'பொதுமக்கள் மத்தியில் பயங்கரத்தைப் பரப்புவதற்காக' மேற்கொள்ளப்பட்டன. அல்லது அவை 'பொது மக்கள் வாழ் இழப்பை ஏற்படுத்தின.'

ஜூன் 1992இல், காபூலுக்கு மேற்கே பாக்மானைத் தலைமையிடமாகக் கொண்ட சயாஃப்பின் இத்திஹாத்-இ இஸ்லாமிக்கும் ஹிஸ்ப்-ஐ வாஹ்தத்துக்குமிடையே மோதல்கள் வெடித்தன. சண்டையின் போது, இத்திஹாத்தும் ஹிஸ்ப்-ஐ வஹ்தத் படைகளும் போராளிகளையும் பொதுமக்களையும் கடத்திச் சென்றன. பலரைத் தூக்கிலிட்டன. மற்றவர்களைக் 'காணாமல்போகச்' செய்தன.

டிசம்பர் 1992இல், அப்போதைய ஜனாதிபதி ரப்பானி, அவரது பதவிக்காலம் ஏற்கெனவே நான்கு மாதங்களுக்கு அப்பால் நீட்டிக்கப்பட்டதால், அடுத்த ஜனாதிபதியைத் தேர்ந்தெடுக்க ஷூரா (சட்டசபை) கூட்டப்படுவதை ஒத்திவைத்தார். அதிகாரத்தின் மீது தொங்குவதற்கான ரப்பானியின் வெளிப்படையான முயற்சி, தோஸ்தம் - வஹ்தத் ஆகியோருக்கு எதிராக மசூதின் படைகளுக்கு இடையே புதிய சண்டையைத் தூண்டியது. இறுதியாக, டிசம்பர் இறுதியில், ரப்பானி தனது சொந்தக் கட்சியான ஜாமியத்-ஐ இஸ்லாமியால் ஆதிக்கம் செலுத்தப்பட்ட ஒரு சூராவைக் கூட்டினார். அது அவரை டிசம்பர் 29 அன்று ஜனாதிபதியாகத் தேர்ந்தெடுத்தது, என்றாலும் நாடு முழுவதிலுமிருந்து பிரதிநிதிகளுடன் ஒரு நாடாளுமன்றத்தை நிறுவுவதற்கு ஒப்புக்கொண்டது, இது தோஸ்டம் உட்பட

கூட்டணியின் பல உறுப்பினர்களின் ஆதரவைத் தற்காலிகமாக மீட்டெடுக்க ரப்பானிக்கு உதவியது.

ஆப்கானிஸ்தான் இப்போது ஒரு புதிய சண்டையில் மூழ்கியது. மீண்டும் ஒருமுறை வெளிநாட்டு சக்திகள் தலையிட்டு மற்றொரு ஒப்பந்தத்தை ஊக்குவிக்கக் கைகோர்க்க வேண்டியிருந்தது. பாகிஸ்தான், ஈரான், சவுதி அரேபியாவின் ஆசிர்வாதத்துடன், 'இஸ்லாமாபாத்' ஒப்பந்தம் என்று அழைக்கப்படும் ஒரு புதிய ஒப்பந்தம் மார்ச் 7, 1993 அன்று கையெழுத்தானது. இந்த ஒப்பந்தம் ஆப்கானிஸ்தானின் ஜனாதிபதியாக ரப்பானி தொடர்வதற்கு ஒப்புதல் அளித்தது. இதன்படி, ஜனாதிபதி புர்ஹானுதீன் ரப்பானி அடுத்த பதினெட்டு மாதங்களுக்குப் பதவியில் நீடித்திருப்பார். இது ஒப்பந்தத்தின் மிகப்பெரிய முரண்பாடு. அதாவது முன்னைய ஒப்பந்தத்தை மீறியவரிடமே மீண்டும் அதிகாரங்கள் அளிக்கப்பட்டது. மேலும் குல்புதீன் ஹெக்மத்யர் பிரதமராகத் தேர்ந்தெடுக்கப்பட்டார். இந்த ஒப்பந்தம் மீண்டும் அமைதியைக் கொண்டுவருவதையும் ஆயுதப் போரை முடிவுக்குக் கொண்டுவருவதையும் நோக்கமாகக் கொண்டது. அனைத்து முஜாஹிதீன் குழுக்களுக்கிடையே போர் நிறுத்தம் உடனடியாக அமலுக்கு வருகிறது. தேர்தல் ஆணையம் அமைக்கப்பட்டு ஒரு தேசிய இராணுவமும் உருவாக்கப்பட வேண்டும் என்பது போன்ற யோசனைகள் முன்மொழியப்படுகின்றன. துரதிர்ஷ்டவசமாக, அனைத்து முயற்சிகளும் (பெஷாவர் ஒப்பந்தம், இஸ்லாமாபாத் பிரகடனம், இஸ்லாமிய ஒத்துழைப்பு அமைப்பு (OIC) அத்துடன் ஐ.நா.) எந்த நிரந்தர அமைதியையும் அளிக்கத் தவறிவிட்டது.

15

'இஸ்லாமாபாத்' ஒப்பந்தம் ரப்பானியின் தொடர்ச்சியை வினோதமான முறையில் அங்கீகரித்தாலும், இது பெஷாவர் ஒப்பந்தத்தைக் காகிதத்தில் மட்டுமல்லாது அதன் ஆத்மாவையும் மீறியது. இந்த ஒப்புதலுடன், ஜனாதிபதி ரப்பானியும் அவரது படைகளும் மிகவும் சக்திவாய்ந்தவையாக உறுதிபெற்று மேலும் அமைதியை நிலைகுலையச் செய்தன. ஆப்கானிஸ்தானை நிலைநிறுத்துவதற்கும் உள்நாட்டுப் போரைத் தவிர்ப்பதற்கும் வெளிநாடுகளின் முயற்சிகளில் நடந்த இந்த வகையான ஒப்பந்தங்கள்

ஒருபோதும் வெற்றியளிக்கவில்லை. ஆப்கானிஸ்தானை யார் ஆட்சி செய்வது என்கிற சண்டை தொடர்ந்தது. முஜாஹிதீன் குழுக்கள் சோவியத்திற்கு எதிராகப் போராடி ஆட்சிக்கு வந்திருந்தபோதும் 'அவர்கள் நாட்டை நிர்வகிக்கத் தவறிவிட்டனர்', 'மிருகத்தனமான உள்நாட்டு மோதலால் நாடு போரில் வீழ்ந்தது' என்பது போன்ற விமர்சனங்களே எஞ்சின.

பெஷாவர் ஒப்பந்தத்தை மீறியவர் அதிகாரத்தைத் தொடர வெளிப்படையாக ஒப்புதல் அளித்ததால் மத்தியஸ்தம் வகித்த பாகிஸ்தான் யாரின் ஆட்சியை விரும்புகிறது என்பதைக் காண்பிக்கும் ஊழலாகவே இஸ்லாமாபாத் ஒப்பந்தம் இருந்தது. பிரச்சினைக்குத் தீர்வை வழங்குவதை விடுத்து அவரே ஆட்சியில் தொடர்ந்திருக்கச் செய்த நடைமுறை ரப்பானியின் ஊழலையும் ஒப்பந்தம் பற்றிய சர்ச்சைகளையும் மேலும் அதிகரித்தது.

உள்நாட்டுப் போரின் மாறுதல் பக்கங்கள் தொடர்ந்து புரட்டப்பட்டு வந்ததால் நிரந்தரத் தீர்வுக்கான இராஜதந்திர/ அரசியல் தேடலும் தொடர்ந்தது. 1994இல், உள்நாட்டுப் போரை முடிவுக்குக் கொண்டுவர பல திட்டங்கள் முன்வைக்கப்பட்டன. லோயா ஜிர்காவைக் (மாபெரும் சட்டசபை) கூட்ட வேண்டுமென்று ஜனாதிபதி ரப்பானி முன்மொழிந்தார்.

இடைக்கால நாடாளுமன்றத்திலிருந்து தலைவரைத் தேர்ந்தெடுக்க வேண்டும் என்பதும் தேசியச் சட்ட சபையின் எதிர்காலத் தேர்தல்களுக்கான நடைமுறைகளை நாடாளுமன்றம் தீர்மானிக்க வேண்டும் என்பதும் அவரது முன்மொழிவுகள். லோயா ஜிர்காவால் தேர்ந்தெடுக்கப்பட்ட தலைவரிடம் ஜனாதிபதி பதவியை மாற்றவும் இப்போது அவர் தயாராக இருந்தார். ஆனால் ஹெக்மத்யார் ரப்பானியின் திட்டத்தை ஜீரணிக்கவில்லை. அவர் முதலில் ரப்பானி ராஜினாமா செய்ய வேண்டும் அதன் பிறகு நாட்டின் எதிர்காலத்தை முடிவு செய்யலாம் என்று வலியுறுத்தினார். காபூலின் கட்டுப்பாட்டை ஒரு இடைக்கால நிர்வாகத்திற்கு மாற்ற வேண்டும். இந்த இடைக்கால நிர்வாகம் தேர்தலை ஏற்பாடு செய்ய வேண்டுமென்றும் ஹெக்மத்யார் விரும்பினார். ஹெக்மத்யார் மட்டுமல்ல, இன்னும் பலரும் ரப்பானியை ஒரு முறையான ஜனாதிபதியாக அங்கீகரிக்கவில்லை. அவர்களைப் பொறுத்தவரை அவருடைய பதவிக்காலம் ஜூன் 1994இல் முடிவடைந்தது.

தளபதி ஹக்கானி 1994இல் ஒரு சமாதான முன்மொழிவொன்றை முன்வைத்தார். மத அறிஞர்கள், முஜாஹிதீன் தலைவர்கள், பழங்குடித் தலைவர்கள், புத்திஜீவிகள் கொண்ட நாட்டின் நிர்வாக அலகுகள் ஒவ்வொன்றிலிருந்தும் மூன்று பிரதிநிதிகள் அடங்கிய இஸ்லாமிய கவுன்சில் அமைக்க அவர் அழைப்பு விடுத்தார். தங்களுக்கு இடையேயான அதிகாரப் பகிர்வுகள் குறித்தும் ஜனாதிபதியையும் பிரதமரையும் முடிவு செய்வது குறித்தும் இந்தக் கவுன்சில் ஒன்றை முடிவு செய்ய வேண்டும் என்று ஹக்கானி விரும்பினார். அனைத்து கம்யூனிஸ்டுகளையும் அரசாங்கத்திலிருந்து வெளியேற்ற ஹக்கானி அழைப்பு விடுத்தார். ஆனால், இந்த முன்மொழிவை ரப்பானியும் தோஸ்தமும் நிராகரித்தனர்.

அமைதிக்கான மற்றொரு திட்டம் பிர் அகமது கைலானி, நபி முகமதி, முகமது ஆசிப் மொஹ்சேனி தலைமையிலான மூன்று நடுநிலைக் கட்சிகளாலும்கூட முன்மொழியப்பட்டது. ஒன்பது முஜாஹிதீன் கட்சிகளின் தலைவர்களைக் கொண்ட ஒரு சபைக்கு அதிகாரம் மாற்றப்பட வேண்டுமென்று அவர்கள் முன்மொழிந்தனர். பின்னர் இந்த கவுன்சில், லோயா ஜிர்காவைச் சந்திப்பது பற்றி முடிவு செய்ய இருந்தது. இது ஆப்கானிஸ்தானின் எதிர்கால அரசியல் அமைப்பு குறித்து அழைப்பு விடுக்க இருந்தது. ஜனாதிபதி ரப்பானி இந்தத் திட்டத்தையும் நிராகரித்தார்.

மறுபுறம், உள்நாட்டுப் போரின் அமைதியான தீர்வுக்காக ஐக்கிய நாடுகள் சபையின் ஈடுபாடு 1994இல் அதிகரித்தது. துனிசியாவின் பிரதிநிதி மஹ்மூத் மிஸ்திரி தலைமையில் ஆப்கானிஸ்தானுக்கு ஒரு சிறப்புப் பணிக் குழுவை ஐ.நா அனுப்பியது. மார்ச், ஏப்ரல் மாதங்களில் ஆப்கானிஸ்தானிலும் அருகிலுள்ள பகுதிகளிலும் உண்மை கண்டறியும் சுற்றுப் பயணத்துடன் இந்தச் சிறப்புப்பணி தொடங்கியது. 'இரு தரப்பினாலும் ஒரு ராணுவ வெற்றிக்குச் சாத்தியமில்லை' என்று சிறப்புக் குழு முடிவு செய்தது. இரண்டாம் கட்டத்தில், மஹ்மூத் மிஸ்திரி காபூலில் சண்டையிடும் இரு தரப்பினரும் ஏற்றுக்கொள்ளக் கூடிய ஓர் அரசியல் தீர்வு குறித்து பேச்சுவார்த்தை நடத்துவதில் தோல்வியுற்றார். மஹ்மூத் மிஸ்திரியின் பேச்சு வார்த்தைகள் தோல்விக்கும் ரப்பானி காரணமாகக் கூறப்பட்டது. ஐக்கிய நாடுகளின் முயற்சிகள் சாதகமான நிலைகளை எட்டவில்லை ஆதலால், ரப்பானி மீண்டும் சமாதான ஒப்பந்தத்தை நிறுத்திவிட்டார்.

அனைத்து முயற்சிகளும் தோல்வியடைந்தபோது, முஜாஹிதீன் பிரிவுகள் மீண்டும் ஒருவருக்கொருவர் சண்டையிடத் தொடங்கின. ஆப்கானிஸ்தானில் அமைதி ஒருபோதும் வராது என்கிறளவு உள்நாட்டுப் போரின் தீவிரம் அதிகரித்தது. அனைவரும் ஒரே தேசத்தவர்களாக ஒரே மதத்தைக் கொண்டவர்களாக இருந்தும் துரதிருஷ்டவசமாக ஒருவருக்கொருவர் அவநம்பிக்கையுடன் இருந்தனர். ஒவ்வொரு குழுவும் மத்திய அரசாங்கத்தை முழுமையாக அணுகவும் கட்டுப்படுத்தவும் விரும்புகிறது. அனைத்து மத விழுமியங்களையும் முடிவுறுத்தி இனப் பகை மீண்டும் மீண்டும் மேலோங்கிய ஆதிக்கம் செலுத்தியது. அதிகார மோகம் அவர்களின் இதயத்தை மற்ற சக குடிமக்கள் மீதான வெறுப்பால் நிரப்பியது. அவர்களுக்கு அதிகாரத்தைத் தவிர வேறெதுவும் முக்கியமில்லை.

சோவியத் திரும்பப் பெறுதல் நிகழ்ந்தபோது சமாதானத்திற்கான நம்பிக்கை உருவாகியது. ஆனால், துரதிருஷ்டவசமாக அதிக அவநம்பிக்கை கொண்ட அனைத்துப் போராளிக் குழுக்களும் மற்ற குழுக்களைக் கொடுமையாகக் கொல்லத் தொடங்கின. சோவியத் ஆக்கிரமிப்பின் போது அனைத்து முஜாஹிதீன் பிரிவுகளும் அமெரிக்காவினதும் பாகிஸ்தானினதும் துணையில் முழுமையாக ஆயுதம் ஏந்தியிருந்தன. சோவியத்துகளைக் கொல்லப் பயன்படுத்தப்பட்ட ஆயுதங்கள் இப்போது ஆப்கானிஸ்தானின் சக குடிமக்களைக் கொல்லப் பயன்படுத்தப்பட்டன. அழிவு, குழப்பம், மீண்டும் குழப்பம் இப்படியாக ஆப்கான் மக்களின மணி ஒலித்தது. இப்போது, உள்நாட்டுப் போர் அதன் உச்சத்தில் நடந்து கொண்டிருந்தது. ஒவ்வொரு சக குடிமகனின் தொண்டையிலும் மற்றொருவரின் விரல்கள் குத்திக்கொண்டிருந்தன. 1992-1994 வரை உள்நாட்டுப் போரின்போது 45,000 ஆப்கானிஸ்தானியர்கள் இறந்தனர். புர்ஹானுதீன் ரப்பானியும் ஹெக்மத்யரும் இப்போது அதிகாரத்திற்காகக் கடுமையான சண்டையில் ஈடுபட்டனர்.

அமெரிக்கா, சவுதி அரேபியா போன்ற சர்வதேச நாடுகளின் உதவிகள் ஆப்கானிஸ்தான் முஜாஹிதீன்களுக்கு சோவியத் இரத்தக் களரிக்கு உதவின. சோவியத் படைகள் திரும்பப் பெறப்பட்டபோது ஒரு மாபெரும் சக்தியின் வெற்றிடம் உருவாகியது. அதிகாரத்தின் மீதான இந்த மோதலும் அரசாங்கத்தின் மீதான கட்டுப்பாடுமே ஆப்கானிஸ்தானில் உள்நாட்டுப் போரைத் தூண்டிய முதல் முக்கியக் காரணம்.

ஆப்கானிஸ்தான் உள்நாட்டுப் போரில் உள்நாட்டு அரசியல் காரணிகளும் முக்கிய பங்கு வகித்தன. இதில் முக்கியமானவர்கள் போர் வீரர்கள். ஆப்கானிஸ்தானில் இருந்து சோவியத் துருப்புகளைத் திரும்பப் பெற்ற பிறகு போர்வீரர்களின் ஆதிக்கம் அதிகரித்தது. சில இனத் தலைவர்கள் போர்வீரர்களாக மாறினர். அவர்கள் போட்டிக் குழுக்களின் நிலங்களையும், வர்த்தகத்தையும் கட்டுப்படுத்த முயன்றனர். கூட்டணிகளும் எதிரிக் கூட்டணிகளும் வழக்கமாகின. ஒவ்வொருவருக்கும் அவர்களின் சொந்தப் பழங்குடியினரின் நல்வாழ்வு மட்டும் முன்னுரிமையாக மாறியது. இது போட்டியை அதிகரித்து பல்வேறு போர் வீரர்களிடையே கடுமையான மோதல்களுக்கு வழிவகுத்தது.

ஆப்கானிஸ்தானில் உள்நாட்டுப் போரின் இரண்டாவது மிக முக்கியமான காரணம் இனம். முன்பு குறிப்பிட்டபடி, சோவியத் வெளியேறியவுடன் வெவ்வேறு முஜாஹிதீன் குழுக்களுக்கிடையேயான ஒற்றுமைக்கான காரணம் இனி இல்லையென்றாகிப் போனது. பழைய இன விரோதம் ஆப்கானிய அரசியலுக்குத் திரும்பியதுடன் முன்னைய விரோதங்களைத் தீர்த்துக்கொள்ள கொடுக்கப்பட்ட விலை தாங்க முடியாத அளவுக்கு அதிகமாக இருந்தது. அனைத்து இனக் குழுக்களும் தங்கள் சொந்த ஆயுதப் படைகளுடன் சோவியத் வெற்றிடத்தைப் பிடிப்பதற்காக காபூலை நோக்கி நகரத் தொடங்கின. முன்னர் குறிப்பிட்ட சர்வதேச காரணி உள்நாட்டுப் போரின் இனக் காரணத்துடன் நன்கு தொடர்புடையது. ஏனெனில் வெளிப்புற சக்திகள் சில குறிப்பிட்ட இனக் குழுக்களுக்கு உதவத் தொடங்கின. பாகிஸ்தான் பஷ்டூன் இனக் குழுக்களை ஆதரிக்கத் தொடங்கியது. ஈரானும் இந்தியாவும் ஹசாரா இனக் குழுக்களையும் வடக்கு கூட்டணியையும் ஆயுதமாக்கத் தொடங்கியது.

ஆப்கான் உள்நாட்டுப் போரில் பொருளாதாரக் காரணி வரையறுக்கப்படாதது என்பது குறிப்பிடத்தக்கது. ஆப்கானிஸ்தானில் போரே 'பெரிய முதலாளி' ஆனது. ஏனெனில் அதிகரித்த வேலையின்மை இளைஞர்களை ஆயுதக் குழுக்களை நோக்கித் தள்ளுகிறது. வறுமையையும் பட்டினியையும் போர்வீரராக இருந்தால் மட்டுமே தவிர்க்க முடியும். பரவலான வறுமை, அழிவு, மில்லியன் கணக்கான இடம்பெயர்ந்த அகதிகள், சிதைந்த உள்கட்டமைப்பு முதலானவை ஆப்கானிய உள்நாட்டுப் போரில் முக்கியமான சில விளைவுகள்.

16

ஆப்கானிஸ்தான் போர் பரந்த வெளிப்புற சக்திகளின் ஈடுபாட்டிற்கு வெளிக் கதவுகளைத் திறந்துவிட்டது. பின்னர் பல தேசிய அரசுகள் தங்கள் சொந்தத் தேசிய நலன்களுக்காக வெற்றிகரமாகச் சுரண்டின. ஒவ்வொரு வெளிச் சக்திகளும் ஆப்கானிஸ்தானில் அரசியல் விளையாடத் தொடங்கி உள்நாட்டு சக்திகளைத் தங்கள் விருப்பத்திற்கு ஏற்பச் சுரண்டினார்கள். இந்த வெளிப்புற ஈடுபாடு ஆப்கானிஸ்தானில் நீடித்த பேரழிவு தரும் தாக்கத்தை ஏற்படுத்தியது. அது இன்னும் அந்தப் பேரழிவிலிருந்து வெளியே வரவில்லை.

பாகிஸ்தான்

சோவியத் யூனியனைத் தவிர ஆப்கானிஸ்தானில் பல முனைகளில் ஆக்ரோஷமாக ஈடுபட்ட ஒரே வெளிப்புற நிகழ்த்துநர் பாகிஸ்தான் மட்டுமே. அனைத்து வெளிப்புற சக்திகளிடையேயும் பாகிஸ்தான், ஆப்கானிஸ்தானில் ஒரு மூலோபாய நிலையைக் கொண்டுள்ளது. சோவியத்-ஆப்கான் போரின்போது, அமெரிக்கா ஆப்கானிஸ்தான் முஜாஹிதீன்களுக்கு ஆயுதங்களையும் வெடிமருந்துகளையும் பாகிஸ்தான் வழியாக மட்டுமே வழங்கியது. நீண்ட காலமாகக் குல்புதீன் ஹேக்மத்யாருக்கு மட்டுமே போராளிக் குழுக்களைத் தீர்மானிப்பதற்கான வாய்ப்பை வழங்கியது. முன்னர் குறிப்பிட்டபடி 1994க்குள் பாகிஸ்தான் தனது நிலைப்பாட்டை மாற்றிக்கொண்டு தாலிபான் என்ற புதிய குழுவிற்கு உதவத் தொடங்கியது. 1996இல் பாகிஸ்தானின் ஆசியுடன் ஆப்கானிஸ்தானில் தாலிபான்கள் அதிகாரத்தைக் கைப்பற்றியபோது மே 25, 1997 அன்று 'அதிகாரப்பூர்வ' அரசாங்கமாக தாலிபான்களை அங்கீகரித்தது. அதன் பிறகு மே 26ஆம் திகதி சவுதி அரேபியாவும், மே 27ஆம் திகதி ஐக்கிய அரபு எமிரேட்ஸும் தாலிபான்கள் ஆட்சியை முறையே அங்கீகரித்தன.

ஆப்கானிஸ்தான் மீதான பைத்தியக்காரத்தனமான அவசர முடிவுகள் கொள்கைகள் அனைத்தையும் சொந்த நாட்டின் பாதுகாப்பு நலன்களின் பின்னணியிலேயே பாகிஸ்தானினால் எடுக்கப்பட்டன.

அதிலும் மத்திய ஆசிய நாடுகளில் பாகிஸ்தான் நாட்டின் ஸ்திரம் குறிப்பிடத்தக்கது. ஆப்கானிஸ்தானில் பாகிஸ்தானின் மிக முக்கியமான 'மூலோபாய ஆழம்' இரு நாடுகளுக்கிடையிலான டூராண்ட் லைன் என்று அழைக்கப்படும், சர்ச்சைக்குரிய ஆப்கானிஸ்தான்-பாகிஸ்தான் எல்லை முழுவதையும் கட்டுப்படுத்துவதும் பஷ்டூன் தேசியவாதத்தைக் கட்டுப்படுத்துவதுமாகும்.

இந்தக் காரணங்கள் அனைத்தும் ஆப்கானிஸ்தானில் ஈடுபட பாகிஸ்தானை ஆழமாக ஊக்குவித்தன. 1979இல் ஆப்கானிஸ்தானில் சோவியத் படையெடுப்பின் மூலம் பாகிஸ்தானுக்கான வாய்ப்பு திறக்கப்பட்டது. தாலிபான்கள் ஆட்சிக்கு வந்தபோது பாகிஸ்தான் அரசு ஒரு சாதகமான பாகிஸ்தானிய அரசாங்கத்தைக் கொண்டிருப்பதைப் பற்றிய ஒரு வெற்றிக் களிப்பில் இருந்தது. உண்மையில் ஆப்கானிஸ்தானில் தாலிபான் ஆட்சி மறைமுகமாகப் பாகிஸ்தான் அரசின் பினாமியாகவே இருந்தது.

தாலிபான்கள் 6வது நூற்றாண்டின் சிறப்பு வாய்ந்த பாமியன் புத்தர் சிலைகளை அழித்ததனாலும், பெண்களுக்கு எதிரான கொள்கைகளாலும் சர்வதேசக் கண்டனங்களைப் பெற்றனர். அல்கொய்தா இயக்கங்களுடன் உறவு வைத்திருப்பதற்காகவும், ஆப்கானிஸ்தானில் அவர்களுக்குத் தங்குமிடத்தினையும் பாதுகாப்பான புகலிடங்களை வழங்குவதற்காகவும் தாலிபான்கள் ஓரங்கட்டப்பட்டனர். ஆப்கானிஸ்தானில் பாகிஸ்தான் நாட்டினது முழு ஈடுபாடும் 9/11 க்குப் பிறகு மாறியது. மேலும் தாலிபான் அரசாங்கத்தை அகற்றும் அமெரிக்கப் படைகளுக்கு ஆதரவாக பாகிஸ்தான் ஒரு புதிய பாத்திரத்தை வகிக்கத் தொடங்கியது. ஆப்கானிஸ்தானில் அமெரிக்காவின் தலையீட்டால் ஒரு புதிய பாத்திரத்தில் நடிப்பதற்கான ஒப்பனைகளுடன் பாகிஸ்தான் வேடம் கட்டத் தொடங்கியது.

ஈரான்

பாகிஸ்தானைப் போலவே ஈரானும் ஆப்கானிஸ்தான் தொடர்பில் ஒரு பிராந்திய இணைப்பு நாடாக உள்ளது. 20ஆம் நூற்றாண்டின் கடைசி தசாப்தத்தில் ஆப்கானிஸ்தானில் நடந்த உள்நாட்டு மோதலில் ஈரான் ஒரு மூலோபாய நிலைப்பாட்டைக் கொண்டிருந்தது. ஆப்கானிஸ்தான் மோதலைச்

சர்வதேசமயப்படுத்துவதில் பாகிஸ்தானுடன் ஈரானும் பொறுப்பாக இருந்தது. இருப்பினும் பாகிஸ்தானுடன் ஒப்பிடுகையில் குறைந்த அளவிற்கு. பாகிஸ்தான் அரசு ஆதரிக்கும் ஆப்கானிஸ்தான் மோதல் குழுக்களின் எதிரிக் குழுக்களை ஆதரிக்கும் பொறுப்பை ஈரான் எடுத்துக்கொண்டது.

ஆப்கானிஸ்தான் கிளர்ச்சிக் குழுக்களில் வடக்குக் கூட்டணி என்ற குழுவுடன் ஈரான் தொடர்புகளைக் கொண்டுள்ளது. மேலும் குறிப்பாக ஷியா உறுப்புக் கட்சிகளுக்கு ஆதரவாக இருக்கிறது. அமெரிக்கா தலைமையிலான சர்வதேசத் தனிமைப்படுத்தல் முயற்சிகளை எதிர்கொள்வதற்கு ஆப்கானிஸ்தானில் ஈடுபட ஈரானுக்கு ஓர் அடிப்படைக் காரணம் இருந்தது. பெஷாவர் அடிப்படையிலான சுன்னி முஜாஹிதீன் குழுக்கள் தோன்றிய பிறகு இஸ்லாமியவாதக் கட்டுப்பாட்டு அரசியல் முயற்சிகள் முதன்மையாக பாகிஸ்தானால் ஆதரிக்கப்படுவதையும் அது அமெரிக்காவின் உதவிகளைப் பெறுவதையும் ஈரான் மோப்பம் கண்டது. இதனைச் சமநிலைப்படுத்த, 1990களில் ஆப்கானிஸ்தான் மோதலில் பாகிஸ்தானைப் போலவே ஈரானும் ஒரு சிறப்புப் பாத்திரத்தை ஏற்க வேண்டிய கட்டாயம் ஏற்பட்டது.

ஷியா எதிர்ப்பு தாலிபான்கள் ஈரானிய எல்லைகளை உள்ளடக்கிய பெரும்பாலான ஆப்கானிஸ்தான் மாகாணங்களைக் கைப்பற்றியபோது, ஈரான் பெரும்பாலும் ஹசாரா இனத் தலைமையிலான கட்சிகளுக்குத் தனது ஆதரவைத் தீவிரப்படுத்த வேண்டியிருந்தது. காபூலில் அரசாங்கத்தை நோக்கித் தாலிபான்கள் முன்னேறியதால் ஈரானிய அதிகாரிகள் வடக்குக் கூட்டணியின் மற்ற கட்சிகளுக்கும் தங்கள் ஆதரவை விரிவுபடுத்தினர். தாலிபான்களின் வருகைக்குப் பிறகு ஆப்கானிஸ்தானில் ஈரானின் முதன்மை நோக்கம் அவர்களின் கட்டுப்பாடாக இருந்தது. மேலும் ஈரானிய நிலப்பரப்பிற்குள் 'மத தீவிரச் சித்தாந்தம்' பரவுவதைத் தடுக்கவும் அது விரும்பியது.

இவ்விரண்டு நாடுகள் தவிர, ஆப்கானிஸ்தானின் விரிவாக்கப்பட்ட அண்டை நாடுகளாக சவுதி அரேபியா, துருக்கி, இந்தியா ஆகிய நாடுகள் உள்ளன. ஆப்கானிஸ்தானின் இந்த விரிவான அண்டை நாடுகளும் பிராந்திய மோதல் கட்சிகளாகச் செயல்பட்டன.

அவர்களின் நெருங்கிய ஈடுபாடுகளின் அடிப்படையில் அவதானித்தால் பின்வரும் முடிவுகளுக்கு வரலாம்.

i) **தாலிபான் தரப்பில்:** சவுதி அரேபியாவும் மற்றைய அதன் அரபு மாநிலங்களும், பாகிஸ்தானுடன் நெருக்கமாக இணைந்திருப்பதன் மூலம் உண்மையான பிராந்திய நிகழ்த்துநர்களாகின்றன.

ii) **வடக்குக் கூட்டணி பக்கத்தில்:** ரஷ்யாவும், ஈரானும் ஒத்துழைக்கின்றன. பின்னராகத் துருக்கி, இந்தியா ஆகிய நாடுகளும் செல்வாக்கு செலுத்துகின்றன.

சவூதி அரேபியாவின் தாலிபான்களுக்கான பாரிய நிதியும் அரசியல் உதவிகளும் பின்வரும் மூன்று உந்துதல்களின் அடிப்படையிலானது.

i) மத்திய ஆசியாவில் வஹாபியிசத்தின் மதச் சித்தாந்த விளக்கத்தைப் பரப்புவது.

ii) சவூதியின் செல்வாக்கு மண்டலத்தைப் பயன்படுத்தி அதிகாரப்பூர்வ அரசியல் நலன்களை விரிவாக்க நன்கு நிறுவப்பட்ட இரகசியச் சேவை தொடர்புகளை வைத்திருத்தல்.

iii) பொருளாதார பூகோள நலன்கள். அதாவது சவுதி எண்ணெய் நிறுவனமான டெல்டாவைப் பாதுகாப்பது. டெல்டா எரிவாயு குழாய் பயணிக்கும் பாதையின் ஒரு பகுதி தாலிபான் கட்டுப்பாட்டுப் பகுதி வழியாகச் செல்கிறது.

துருக்கி ஆப்கானிஸ்தானில் தனது அதிகாரத்தை நேரடியாக முன்னிறுத்துவதில் ஆர்வம் காட்டவில்லை. தாலிபான்களால் உடனடியான அச்சுறுத்தல்கள் இருப்பதாகவும் அது உணரவில்லை என்பதால் வடக்குக் கூட்டணிக்கான ஆதரவுடன் தனது தலையீட்டை மட்டுப்படுத்துகிறது.

இந்த அரசியல் ஆதரவு இரண்டு உந்துதல்களை அடிப்படையாகக் கொண்டது:

i) ஒரு இஸ்லாமிய மத அடக்குமுறை ஆட்சியை அடக்கும் ஆர்வம்

ii) துருக்கிய மதச் சார்பற்ற சமூக மாதிரியைப் பரப்புவதில் ஆர்வம்

இந்தியாவின் ஆப்கானிஸ்தான் கொள்கை வெளி அதிகாரங்களைச் சார்ந்தது.

இந்தியாவின் முன்னாள் வெளியுறவுச் செயலாளர் லலித் மான்சிங், (1999-2000) ஒரு பேட்டியில் இவ்வாறு கூறியிருந்தார்:

“தாலிபான் காலத்தில் நாங்கள் பாதுகாப்புப் பாத்திரமொன்றை வகிக்க முடியுமென்பதைக் கண்டறிந்தோம். ரஷ்யாவும் ஈரானும் ஒரே பக்கத்தில் இருந்ததால் இராணுவ உதவியை வழங்குவது மிகவும் வசதியாக இருந்தது. எனினும், ஈரானியர்களின் தீவிர ஆதரவு எங்களுக்கு இருந்தபடியால் நாங்கள் வழிகளைப் பற்றிக் கவலைப்பட வேண்டியிருக்கவில்லை.” வடக்கு கூட்டணிக்கு இராணுவப் பொருள்களைப் பெறுவது பாரிய பிரச்சினையாக இருந்ததில்லை. ஆனால் ஆப்கானிஸ்தானின் பாதுகாப்புச் சூழ்நிலையில் இந்தியா தனியாக வேலை செய்ய முடியாது என்பதையும் அது ஒப்புக்கொள்கிறது.

ஆப்கானிஸ்தானில் சோவியத் யூனியன் தலையிடுவதற்கு ஆறு மாதங்களுக்கு முன்பே அமெரிக்கா மத்தியப் புலனாய்வுத் துறை ஆப்கானிஸ்தானில் முன்னணி பங்கு வகித்தது என்று அறிஞர்களின் சில பிரிவுகளில் நம்பினர். இந்த நம்பிக்கை பின்னர் வகைப்படுத்தப்பட்ட ஆவணங்களின் வெளிப்பாடுகளால் உறுதிப்படுத்தப்பட்டது. ஜூலை 3, 1979 அன்று சிஐஏவுக்கு $500,000 செலவிட ஜனாதிபதியால் அங்கீகரிக்கப்பட்டது. இந்தச் செலவிடப்பட்ட நிதி பற்றிய ‘கண்டுபிடிப்பு’ ஆவணங்களிலிருந்து இந்த நிதியுதவியில் உதவி பெற்ற மூன்றாவது நாடு பாகிஸ்தான். பாகிஸ்தானின் புலனாய்வுத் துறை (ஐஎஸ்ஐ) மூலம் ஆப்கான் கெரில்லாக்களுக்கு விநியோகிக்க மருத்துவ உபகரணங்களும் ரேடியோக்களும் பாகிஸ்தானுக்கு அனுப்பப்பட்டன. இந்த நோக்கம் சில காங்கிரஸ் தலைவர்களுக்கும் அறிவிக்கப்பட்டது. கம்யூனிஸ்ட் செல்வாக்கை உலகம் முழுவதும் அச்சுறுத்தலாகக் கருதிய அமெரிக்கா, இப்பிராந்தியத்தில் தங்கள் நலன்களைப் பாதுகாப்பதற்காக மிக முக்கியமான நட்பு நாடுகளில் ஒன்றாக பாகிஸ்தானை உருவாக்கியது. இந்தப் பிராந்தியத்தில் செயல்படுவதற்கு அமெரிக்கா எளிதாக அணுகுவது பாகிஸ்தானால் தான்.

ஆப்கானிஸ்தானில் சோவியத் தலையீடு வளைகுடா பகுதியில் குறிப்பாக ஈரான், பாகிஸ்தான் ஆகிய நாடுகளுக்கு நேரடி அச்சுறுத்தலாகக் கருதப்பட்டது. இரண்டாம் உலகப் போருக்குப் பிறகு முதல் முறையாக நேரடி சோவியத் தலையீடு நடந்தது ஆப்கானிஸ்தானில்தான். ஆப்கானிஸ்தானில் சோவியத் தலையீட்டுக்கு எதிர்ப்பைத் தெரிவிக்க முஜாஹிதீன்களுக்கு நேரடி உதவியை வழங்கியதுடன், வளைகுடாவில் எதிர்கால சோவியத் விரிவாக்கத்தைத் தடுப்பதற்கான அடித்தளமாக

பாரசீக வளைகுடாவில் தனது இருப்பை ஸ்தீரப்படுத்தவும் அமெரிக்காவுக்கு வாய்ப்புகள் அமைந்தது.

மேலும், வளைகுடா பிராந்தியத்தில் சோவியத் ஒன்றியத்தின் விரிவாக்கக் கொள்கைக்கு எதிராக அமெரிக்க ஜனாதிபதி கார்ட்டர் கடுமையான மொழியில் கூறிய எச்சரிக்கையிலிருந்தும் அமெரிக்காவின் நோக்கம் தெளிவுபடுகின்றது.

'எங்கள் நிலைப்பாடு முற்றிலும் தெளிவாக இருக்கட்டும்: பாரசீக வளைகுடா பிராந்தியத்தின் கட்டுப்பாட்டைப் பெற எந்த வெளிப்புற சக்தியின் முயற்சியும் அமெரிக்காவின் முக்கிய நலன்களின் மீதான தாக்குதலாகக் கருதப்படும், மேலும் அத்தகைய தாக்குதல் தேவையான எந்த வகையிலும் தடுக்கப்படும். ராணுவப் படை உட்பட.'

அமெரிக்க இரகசிய நடவடிக்கையின் முதன்மைக் குறிக்கோள் ஆப்கானிஸ்தானிலிருந்து சோவியத் யூனியனை வெளியேற்றுவதே.

'இலக்கை விரைவாக அடைய முடியாவிட்டாலும், அது சோவியத்துகளுக்கு விலை உயர்ந்ததாக இருக்கும்.'

'இதை அடைய முடியாவிட்டாலும், நாம் சோவியத் ஈடுபாட்டை முடிந்தவரை விலை உயர்ந்ததாக மாற்ற வேண்டும்.'

போன்ற இரகசியக் குறிப்புகளால் இராஜதந்திரிகள் உரையாடிக் கொண்டனர்.

சிஐஏவின் இரகசிய நடவடிக்கை ஜனாதிபதி கார்டரால் டிசம்பர் 1979 இன் பிற்பகுதியில் அங்கீகரிக்கப்பட்டது. 1981 இல் சோவியத் தலையீட்டின் செலவுகளை உயர்த்தும் கோரிக்கை ஜனாதிபதி ரீகனால் அங்கீகரிக்கப்பட்டது,

உண்மையில் பாகிஸ்தான் ஊடாக அமெரிக்காவின் உதவிகள் கிடைக்காது போயிருந்தால் சோவியத் படைகளை எதிர்த்து முஜாஹிதீன்கள் ஒரு தசாப்த காலம் போராடியிருக்க முடியாது. ஆனால் இங்கே திரைமறைவில் நடந்தபோர் இரு பெரும் வல்லரசுகளுக்கிடையேயானது.

இடைத்தரகராகச் செயற்பட்ட பாகிஸ்தான் சில விதிமுறைகளுடன் தான் இந்தச் செயற்பாடுகளில் ஈடுபட்டது. அமெரிக்கா புலனாய்வு அதிகாரிகளோ அல்லது வேறு அமெரிக்கா இராஜதந்திரிகளோ ஆப்கானிஸ்தானுக்குச் செல்லக்கூடாது என்று பாகிஸ்தான்

விதிமுறை வகுத்தது. ஆயுதங்களின் ஒவ்வொரு அசைவும் விநியோகமும் பாகிஸ்தான் புலனாய்வு ஐஎஸ்ஐ மூலம் மட்டுமே கையாளப்படும். முஜாஹிதீன்களுக்கான பயிற்சிகளையும் ஐஎஸ்ஐ வழங்கும்.

இந்த உடன்பாடுகளின் பின்பு ஐஎஸ்ஐ புதிய ஆயுதங்களை வாங்கத் தொடங்கியது. ஆர்பிஜி - 7கள், 60 மில்லி மீட்டர் சீன மோட்டார்கள் முதல் 12.7 கனரக இயந்திரத் துப்பாக்கிகள் வரையிலும் பெருந்தொகையான ஆயுதங்களை சிஐஏ வாங்கியது. எகிப்திலிருந்து பழைய ஆயுதங்களை வாங்கியதாகவும் தகவல்கள் உள்ளன. துருக்கியில் இருந்தும்கூட, அறுபதாயிரம் துப்பாக்கிகள், எட்டாயிரம் இலகுரக இயந்திரத் துப்பாக்கிகள், பத்தாயிரம் கைத் துப்பாக்கிகள் மற்றும் நூறு மில்லியன் ரவைகள் வாங்கப்பட்டன. சீன அரசாங்கத்துடன் ஆயுத ஒப்பந்தங்கள் செய்யப்பட்டன. சோவியத் படைகளுக்கு எதிராகப் பயன்படுத்தப்பட்ட ஆயுதங்களை சீனர்கள் விற்பனை செய்வதை பற்றிய ஒரு சிஐஏ அதிகாரி இப்படிச் சொல்கிறார்.

"ரஷ்யர்களைச் சுட்டுக் கொல்ல சீனர்களிடமிருந்து தோட்டாக்களை வாங்குவதை விடச் சிறந்த வேறொன்று இருக்க முடியுமா?"

ஆப்கானிஸ்தான் போரின் முதல் கட்டத்தில் சொந்த நோக்கங்களை அடைவதற்காக அமெரிக்கா ஆழ்ந்த ஈடுபாடு கொண்டிருந்தது. ஆனால் சோவியத் ஆப்கானிஸ்தானை விட்டு வெளியேறியபோது முஜாஹிதீன்கள் கடுமையான போரை நடத்தும் அளவுக்கு வலிமையானவர்களாக இருந்தனர். வெளிநாடுகளில் தயாரிக்கப்பட்ட வலிமையான ஆயுதங்களைக் கைகளில் வைத்திருந்தனர். இது உண்மையில் உள்நாட்டுப் போரின் தீவிரத்தை அதிகரித்தது. ஆப்கானிஸ்தான் போரியல் வரலாற்றில் முதல் பாகமே இரண்டாம் பாகத்தை நோக்கி நகர்த்தியது.

பல தேசிய அரசுகளும் சக்திகளும் தங்கள் சொந்த தேசிய நலன்களுக்காக வெற்றிகரமாகச் சுரண்டி விளையாடிய ஒரு நாடாகவும், ஒவ்வொரு வெளிச் சக்திகளும் ஆப்கானிஸ்தான் உள்நாட்டு சக்திகளைத் தங்கள் விருப்பத்திற்கு ஏற்பச் சுரண்டியதன் விளைவாகவும் ஆப்கானிஸ்தான் இன்றைக்குள்ள நிலையை அடைந்தது.

17

தாலிபான்களின் வியத்தகு நுழைவு ஆப்கானிய உள்நாட்டுப் போரின் திசையை மாற்றியது. ஒரு புதிய வீச்சுடன் பெரும்பாலான ஆப்கானிஸ்தான் முஜாஹிதீன்களை நசுக்கும் திறனுடன் வலுவான சக்தியாக உருவெடுத்த இரண்டே வருடங்களில் ஆப்கானிஸ்தானின் தலைநகரைக் கைப்பற்றி இறுதியில் அரசாங்கத்தையே உருவாக்கத் தாலிபான்களால் முடிந்தது. செப்டம்பர் 1996இல் மசூத் ஆதரவு பெற்ற ரப்பானி அரசாங்கத்தைத் தாலிபான்கள் அகற்றியதுடன் ஆப்கானிஸ்தான் வரலாற்றில் உள்நாட்டுப் போரின் புதிய கட்டம் தொடங்கியது. தாலிபான்கள் அந்நாட்டுக்கு ஆப்கானிஸ்தானின் இஸ்லாமிய எமிரேட் என்று பெயரிட்டனர். ஆனாலும் போர் முடிவுக்கு வரவில்லை. காபூலை இழந்ததால், மசூத் ஈரான், ரஷ்யா ஆகிய நாடுகளிடமிருந்து இராணுவ உதவியைப் பெறத் தொடங்கினார். வடக்கு கூட்டணியும் ஏனைய எதிர்ப்புக் கட்சிகளும் ஒன்றிணைந்து தாலிபன்களை எதிர்த்துப் போராடத் தொடங்கினர்.

1997, 1998 முழுவதும் தாலிபான்கள் தங்கள் அதிகரித்த லட்சியங்களுடன் நாட்டின் மற்ற பகுதிகளுக்கு, குறிப்பாக ஆப்கானிஸ்தானின் வடக்குப் பகுதிக்குத் தங்கள் கட்டுப்பாட்டை விரிவாக்கப் பலமுறை முயற்சி செய்தனர்.

அப்துல் ரஷீத் தோஸ்தும் ஐந்து மாகாணங்களை உள்ளடக்கிய ஒரு சிறு-மாநிலத்தைச் செதுக்கியிருந்தார். ஷிபர்கான் நகரின் மேற்குப் பகுதி மசார் - ஐ ஷெரீப் மிக முக்கியமானதாக இருந்ததுடன் தோஸ்துமின் தலைமையகமும் அங்கிருந்தது. ஐந்து மாகாணங்களின் பகுதிகளை உள்ளடக்கிய சிறு - மாநிலத்தை தோஸ்தும் தனது தலைமையகத்திலிருந்து நிர்வகித்தார். மே 19, 1997 அன்று 5,000 படைவீரர்களின் தளபதி தோஸ்தும் தாலிபான்களால் கைது செய்யப்பட்டார். அவரது துணை ஜெனரல் அப்துல் மாலிக் பஹ்லவன் துரோகத்தனமாகத் தாலிபான்களுடன் ஒப்பந்தம் செய்ததை அடுத்து இப்படியொரு வலையில் தோஸ்தும் வீழ்ந்தார். ஆனால் துணை ஜெனரல் அப்துல் மாலிக் - தாலிபான் ஒப்பந்தம் நீடிக்கவில்லை. கூட்டணி விரைவில் சிதைந்தது. தாலிபான்கள் மசார்-ஐ ஷெரீப்பில் நகரில் நுழைந்தபோது உள்ளூர் ஹசாராக்களை நிராயுதபாணியாக்க முயன்றனர். இது நகர

வீதிகளில் நூற்றுக்கணக்கான தாலிபான் வீரர்களின் மரணத்திற்கு வழிவகுத்தது. ஜெனரல் மாலிக்கும் ஹிஸ்ப்-ஐ வஹ்தத்தும் பழிதீர்க்கும் படலத்தில் 3,000 தாலிபான்களைக் கொன்றனர்.

இருந்தும் ஆகஸ்ட் 1998 இல் தாலிபான்கள் மசார்-ஐ ஷெரீப்பை முழுவதும் கட்டுப்படுத்தினர். இதன்போது ஹசாரா இனப் பொதுமக்களில் குறைந்தது 2,000 பேரைப் படுகொலை செய்தனர். இந்த இரத்தக்களரிகளால் தளபதி தோஸ்தும், ஜெனரல் மாலிக் இருவரும் முறையே துருக்கி நாட்டுக்கும் ஈரானுக்கும் தப்பியோடினர்.

இந்த அத்தியாயங்களுக்குப் பிறகு, ஆப்கானிஸ்தான் இரட்சிப்புக்கான ஐக்கிய இஸ்லாமிய முன்னணி (United Islamic Front for the Salvation of Afghanistan) உருவாக்கப்பட்டது. ஆனால் தாலிபான்களுக்கு எதிரான போராட்டம் தொடர்ந்தது. ஆப்கானிஸ்தான் மக்களின் துன்பங்களும் தொடர்ந்தன. தாலிபான்கள் தொடர்ந்து தங்கள் பிராந்தியக் கட்டுப்பாட்டை நீட்டிக்கப் போராடினர். மிகவும் வலுவான அஹ்மத் ஷா மசூத்தின் படைகளுடன் மட்டுமல்லாது விளிம்பு நிலைப் போராளிகளுக்கு எதிராகவும் போராடினார்கள்.

டிசம்பர் 2000 இல் ஹிஸ்ப்-ஐ வஹ்தாத், ஹர்கத்-ஐ இஸ்லாமி ஆகிய குழுக்கள் யாகோலாங் நகரத்தைக் கைப்பற்றினர். ஆனால் அவர்கள் அதை ஜனவரி 8, 2001 அன்று தாலிபான்களிடம் இழந்தனர். நகரத்தைத் திரும்பப் பெற்ற பிறகு தால்பான்கள் குறைந்தது 178 பொதுமக்களைப் பழி எடுத்தனர். ஜனவரி முதல் ஜூன் வரை நகரின் ஆளுகை பல முறை கை மாறியது. கடைசியாக தாலிபான்கள் கைகளுக்கே அது கிடைத்து. அவர்கள் பல கிராமங்களையும் எரித்தார்கள்.

ஆப்கானிஸ்தானில் உள்நாட்டுப் போரின் இந்தக் கட்டத்தில், சர்வதேசச் சமூகம் பல்வேறு காரணங்களுக்காகப் பல முறை தலையிட்டது. அமெரிக்கா பின்லேடனை ஒப்படைக்கக் கோரியது. ஐக்கிய நாடுகள் சபையும் பெரும்பாலான ஏனைய நாடுகளும் பாமியன் புத்தர் சிலைகளை அழித்ததைக் கண்டித்தன. நைரோபியிலும் டார் எஸ்-சலாமிலும் அமெரிக்கத் தூதரகங்கள் மீது குண்டுவெடிப்பில் ஈடுபட்டதாகக் கூறி பின்லேடன் அமெரிக்காவால் தேடப்பட்டார். இந்தக் கோரிக்கையைத் தாலிபான் அரசு நிராகரித்தது. பாகிஸ்தான் எல்லைக்கு அருகிலுள்ள பின்லேடனின் பயிற்சி முகாம்கள் மீது அமெரிக்கா

வான்வழித் தாக்குதல்களை நடத்தியது. அக்டோபர் 1999இல், பின்லேடனைத் திருப்பிவிடாததற்காக தாலிபான்கள் மீது ஐக்கிய நாடுகள் சபை தடை விதித்தது. மேலும் டிசம்பர் 9, 2000 அன்று தாலிபான் அதிகாரிகள் மீதான பயணத்தடை, வெளிநாடுகளிலுள்ள தாலிபான் அலுவலகங்களை மூடுதல், ஆயுதத் தடைகள் போன்றவற்றையும் ஐக்கிய நாடுகள் சபை விதித்தது.

உலக வர்த்தக மையம், பென்டகன் மீதான 9/11 பயங்கரவாதத் தாக்குதல்களுக்குப் பிறகு ஆப்கானிஸ்தானினுள் அமெரிக்க ராணுவம் நேரடியாகத் தலையிட்டதுடன் இந்தக் கட்டப் போர் முடிந்தது. அகமது ஷா மசூத் செப்டம்பர் 9, 2001 அன்று தற்கொலைக் குண்டுதாரிகளால் படுகொலை செய்யப்பட்டார். அது முதல் ஆப்கானிஸ்தான் வரலாற்றில் ஒரு புதிய கட்டப் போர் தொடங்கியது.

அமெரிக்க அரசியல் 9/11 பயங்கரவாதத் தாக்குதல்களுடன் நவீன நோக்குநிலை கடுமையாக மாறியது. ஆப்கானிஸ்தான் பயங்கரவாதத்தை எதிர்த்துப் போராடுவதற்கும் குற்றவாளிகளை நீதியின் முன் நிறுத்துவதற்கும் அமெரிக்காவும் அதன் கூட்டாளிகளும் 'பயங்கரவாதத்திற்கு எதிரான போர்' பிரச்சாரத்தை முதன்மை இலக்காக மாற்றினர். துக்கத்தின் போது உலகம் முழுவதும் அமெரிக்காவுடன் நின்றது. தாக்குதலுக்கு அடுத்த நாள் ஜனாதிபதி ஜார்ஜ் டபிள்யூ புஷ் தேசியப் பாதுகாப்பு கவுன்சிலுடன் ஒரு சந்திப்பை நடத்தினார். அங்கு 'அமெரிக்கா ஒரு புதிய வித்தியாசமான எதிரி அல்லாதவருடன் போரில் ஈடுபட்டுள்ளது' என்று வலியுறுத்தினார்.

பயங்கரவாதத் தாக்குதல்களின் பொறுப்புதாரி அல் – காய்தா இயக்கத்தின் தலைவர் ஒசாமா பின்லேடனின் பாதுகாப்பான புகலிடமாக ஆப்கானிஸ்தான் அடையாளம் காணப்பட்டது. இவரைப் பிடித்துத் தரவேண்டுமென்று அமெரிக்க அதிகாரிகள் தாலிபான்களிடம் கோரிக்கை விடுத்தனர். அமெரிக்காவின் கோரிக்கைகளைத் தாலிபான் அரசாங்கம் பொருட்படுத்தவில்லை, நிராகரித்தது. புஷ் நிர்வாகத்தின் பேச்சுவார்த்தைக் கோரிக்கைகளுக்கும் தாலிபான்கள் இணங்கவில்லை. பயங்கரவாதச் செயல்களை ஆதரிக்கும் தாலிபான்களையும் ஆப்கானிஸ்தானில் உள்ள பயங்கரவாதக் குற்றவாளிகளின் பாதுகாப்பான புகலிடங்களையும் ஒழிப்பதற்கான அமெரிக்காவின் ராணுவத்

தலையீட்டோடு ஆப்கானிஸ்தானின் நவீன இரத்தக் களரி துவங்கியது.

அக்டோபர் 2, 2001 அன்று, வட அட்லாண்டிக் ஒப்பந்த அமைப்பு (நேட்டோ) உறுப்பினர்கள், 'எந்த நேட்டோ கூட்டாளியின் மீதான தாக்குதலும் அனைவரின் மீதான தாக்குதலாகக் கருதப்படும்' என்று கூறும் நேட்டோ சாசனத்தின் பிரிவு 5 ஐ முறையாகப் பயன்படுத்தி போர்க்கால ராணுவக் கூட்டணியின் காலடியைப் பின்பற்றினர். ஆனால் நேட்டோ சாசனத்தில் இது தொடர்பான பிரிவு அறிமுகப்படுத்தப்படுவது இதுவே முதல் முறையாக இருந்தது.

தாலிபான் அரசாங்கத்துடன் சர்வதேசமயமாக்கப்பட்ட மோதலின் புதிய சகாப்தம் ஆரம்பமானது.

18

ஒசாமா பின்லேடன் ஆரம்பத்திலிருந்தே தாலிபான்களுக்கும் அமெரிக்காவிற்குமிடையே பெரும் எரிச்சலூட்டுபவராக இருந்தார். அதைத் தொடர்ந்து, 9/11 பயங்கரவாதத் தாக்குதலுக்குப் பிறகு ஒசாமாவுக்கான வேட்டை தீவிர நடைமுறைக்கு வந்தது. அவரை நாடு கடத்துவதற்கான பேச்சுவார்த்தைகள் தோல்வியடைந்தபோது, அமெரிக்கா நேரடியாக ஆப்கானிஸ்தானில் தலையிட்டு ராணுவப் படைகளுடன் வேட்டையாடத் தொடங்கியது. ஒசாமா பின்லேடனுக்கான வேட்டை கிட்டத்தட்ட ஒரு தசாப்த காலம் தொடர்ந்தது (2001-2011).

இறுதியாக மே 2, 2011 அன்று பாகிஸ்தான் அபோட்டாபாத்தில் அவரது வளாகத்தில் அமெரிக்க கடற்படை சீல் குழு சோதனையின்போது அவரது மரணத்துடன் தேடுதல் வேட்டை முடிந்தது. இது அல்-காய்தாவுக்கு எதிரான தசாப்த காலப் போரில் அமெரிக்காவுக்குக் கிடைத்த பெரிய வெற்றி. அமெரிக்கா தனது தேடலை ஆப்கானிஸ்தானில் மட்டுப்படுத்தாமல் பாகிஸ்தானிலும் தேடியது. இறுதியில் அவர் பிடிபட்டார். சுமார் ஆறு ஆண்டுகளாக மூன்று மனைவிகள் ஒரு டஜன் குழந்தைகளுடன் அபோட்டாபாத்திலுள்ள ஒரு வளாகத்தில் பதுங்கி வாழ்ந்தார். இந்த வளாகம் பாகிஸ்தான் தலைநகர் இஸ்லாமாபாத்திலிருந்து நாற்பது மைல் தொலைவில் இருந்தது.

பின்லேடனின் மரணத்தை அறிவித்த அமெரிக்க ஜனாதிபதி பராக் ஒபாமா, "அல்-காய்தாவின் பயங்கரவாதத்தால் அன்பானவர்களை இழந்த குடும்பங்களுக்கு நீதி வழங்கப்பட்டது" என்று கூறினார். மேலும், அமெரிக்க ராணுவப் படைகள் ஆப்கானிஸ்தானில் இருந்து 2014க்குள் விலகும் என்றும் குறிப்பிட்டார்.

பின்லேடனை வேட்டையாடும் இலக்கு வெற்றியில் முடிவடைந்த பிறகும் பெரிய அளவில் வளர்ந்துவிட்டிருந்த அல் காய்தா இயக்க வலையமைப்பின் எலும்புகளை உடைக்கும் இலக்குடன் அமெரிக்கா ஆப்கானிஸ்தானில் நிலைகொண்டது.

'ஆப்கானிஸ்தான் வெளியேறலும் பொறுப்புக்கூறலும் சட்டம்' எஃப்.ஆர். 1735 என்ற பெயரில் பிரதிநிதிகள் மெக்கவர்ன், ரெப். ஜோன்ஸ் ஆகியோர் ஒரு கால அட்டவணையை அறிமுகப்படுத்தினர். இது ஆப்கானிஸ்தானில் இருந்து அமெரிக்க துருப்புகளைத் திரும்பப் பெறுவதற்கான கால அட்டவணையை அமெரிக்க காங்கிரஸிற்கு அளிப்பதற்காக ஜனாதிபதி ஒபாமாவின் வேண்டுகோளுக்கு இணங்கத் தயாரிக்கப்பட்டது. இதில் போரை முடிவுக்குக் கொண்டுவருவதற்கான ஒரு தெளிவான தேதியும் இருந்தது.

பின்லேடன் கொல்லப்பட்ட பிறகு ஆப்கானிஸ்தானில் போரை முடிவுக்குக் கொண்டுவருவதற்கான நடைமுறையில் முதல் நடவடிக்கை இதுவாகும். மே 2, 2011 அன்று ஒசாமா பின்லேடன் கொல்லப்பட்டார். இந்தச் சட்ட மசோதா மே 5, 2011 அன்று அறிமுகப்படுத்தப்பட்டது.

2010இல் நடைபெற்ற நேட்டோ நாடுகளின் லிஸ்பன் உச்சி மாநாட்டின் பிரகடனத்தில் ஆப்கானிஸ்தான் முழுவதும் உள்ள அமெரிக்கப் படைகள் பற்றிய முக்கியத் தீர்மானங்கள் இயற்றப்பட்டன. ஆனால், ஆப்கானிஸ்தான் மீதான படையெடுப்பின் பிரதான இலக்கான பின்லேடனை உயிருடனோ பிணமாகவோ பிடிக்காமல் போரை முடிப்பதற்கான எந்தக் காரணமும் இல்லை என்பதாலும் இந்தத் திரும்பப் பெறும் திட்டங்களுக்கு எந்த அடிப்படையும் உடனடியாக இல்லை எனினும் 2014க்குள் ஆப்கானிஸ்தானில் மேற்கொள்ளப்படும் ராணுவ நடவடிக்கையை முடிவுக்குக் கொண்டுவரவேண்டும் என்று முடிவானது.

ஆனால் பின்லேடன் கொல்லப்பட்ட பின்பு, ஆப்கானிஸ்தானில் இருந்து அமெரிக்கப் படைகளையும் நேச நாட்டுப் படைகளையும் வெளியேற்றத்தைத் தாமதப்படுத்துவதற்கான காரணத்தை வழங்கவேண்டியதிருந்தது.

2012இல், நேட்டோ உறுப்பினர்கள் மீண்டும் சிகாகோவில் சந்தித்தனர். இறையாண்மை, பாதுகாப்பான, ஜனநாயக ஆப்கானிஸ்தானுக்கான தங்கள் உறுதிப்பாட்டை மீண்டும் உறுதிப்படுத்தினர். 2014ஆம் ஆண்டின் இறுதியில் சர்வதேசப் பாதுகாப்பு உதவிப் படைகளின் (International Security Assistance Force- ISAF) பணியை முடிக்க லிஸ்பன் உச்சிமாநாட்டில் எடுக்கப்பட்ட அணுகுமுறையையும் அவர்கள் மீண்டும் உறுதிப்படுத்தினர். இவை தவிர, ஆப்கானிஸ்தான் தனியாக விடப்படக்கூடாது என்றும் முடிவு செய்தனர்: "எங்கள் கூட்டாண்மை குறிப்பிட்ட நிலைமாறு காலத்திற்கு அப்பாலும் தொடரும் என்பதை நாங்கள் மீண்டும் உறுதிப்படுத்துகிறோம்."

பிராந்தியத்தை அச்சுறுத்தும் பயங்கரவாதிகளுக்குப் பாதுகாப்பான புகலிடமாக ஆப்கானிஸ்தான் மாறுவது தடுக்கப்படும் என்றும், அத்துடன் பாதுகாப்பு, பொருளாதாரம், சமூக மேம்பாடு, ஆளுகையிலும் தன்னிறைவுக்கான போராட்டத்திலும் ஆப்கானிஸ்தானுக்கு நேட்டோ உறுப்பினர்கள் தங்கள் ஆதரவையும் இந்த மாநாட்டில் உறுதி செய்தனர்.

நேட்டோ உறுப்பினர்கள் மீண்டும் செப்டம்பர் 5, 2014இல் வேல்ஸில் சந்தித்தனர். இந்த முறை ஆப்கானிஸ்தானில் போரை முடிவுக்குக் கொண்டுவரும் போது எதிர்காலத் திட்டத்தை விவாதிக்கவும் வரையவும் அதன்படி திட்டத்தைச் செயல்படுத்தவும் சந்தித்தனர். டிசம்பர் 2014இல் முடிவடையவிருந்த ISAF களின் பணி, ஆப்கானிஸ்தானில் நேட்டோவின் ஈடுபாட்டின் தன்மையையும் நோக்கத்தையும் எவ்வாறு பாதிக்கும் என்பதும் விவாதிக்கப்பட்டது.

நேட்டோ கூட்டாளிகளும் பிற பங்குதாரர் நாடுகளும் ஆப்கானிஸ்தான் தேசியப் பாதுகாப்புப் படைகளுக்குப் போரிடாத தீர்மான ஆதரவு இயக்கத்தின் மூலம் சர்வதேச ஆதரவு உதவிப் படைகளைத் திரும்பப் பெற்ற பிறகு தொடர்ந்து பயிற்சி, ஆலோசனை, உதவிகளைச் செய்வதை உறுதி செய்தனர்.

இந்த அனைத்து உச்சி மாநாடுகளின் முடிவுகள் ஆப்கானிஸ்தானில் இருந்து அமெரிக்காவின் விலகல் போரின் முடிவுடன் முடிவாகிறது.

ISAF இன் பணி டிசம்பர் 31, 2014 அன்று முடிவடைந்தது. நேட்டோ முன்பே தீர்மானித்தபடி உறுதியான ஆதரவு பணி ஜனவரி 1, 2015 அன்று தொடங்கியது. சர்வதேசப் பாதுகாப்பு உதவிப் படையின் வாரிசாக நேட்டோ தலைமையிலான பன்னாட்டுப் பணி 'உறுதியான ஆதரவுப் பணி' (Resolute Support Mission - RSM) என்ற பெயரில் அறிமுகமானது.

வெளிநாட்டுப் படைகளின் ராணுவச் செயற்பாடு மட்டுப்படுத்தப்பட்டதன் பிறகு ஆப்கானிஸ்தான் சாதாரண மக்களின் துயரங்கள் அதிகரித்தது. 2015இல் வெளிநாட்டுப் படைகளின் பங்கு மாறியதால், பொதுமக்கள் உயிரிழப்பு திடீரென அதிகரிக்கத் தொடங்கியது. 2015இல் மட்டும், 3,545 இறப்புகளும் 7,475 காயமுற்றவர்கள் எண்ணிக்கையும் பதிவாகியது. இது அமெரிக்காவின் திரும்பப் பெறுதலின் வீழ்ச்சி என்பதாகவும் முந்தைய ஆண்டை விட உயிரிழப்பு விகிதம் நான்கு சதவிகிதம் அதிகரித்தது எனவும் கணிக்கப்படுகின்றது.

2016இல் அதே அளவு உயிரிழப்புகள் பதிவாகின. 3,498 பொதுமக்கள் உயிரிழந்தனர். 7,920 பேர் காயமடைந்தனர். ஆப்கானிஸ்தான் படைகளும் ஆயுதக் குழுக்களுக்கும் இடையே மீண்டும் கடுமையான சண்டைகள் எழுந்தன.

2017ஆம் ஆண்டில் நிலைமையை மேம்படுத்த முடியவில்லை. உயிரிழப்புகள் சாதனை உச்சத்தில் தொடர்ந்தன. 2017ஆம் ஆண்டில் 3,438 பொதுமக்கள் உயிரிழப்புகளும் 7,015 காயமுற்றோர் எண்ணிக்கையும் பதிவானது.

2018இல், போர் இன்னும் கொடிய முகம் எடுத்தது. ஆப்கானிஸ்தான் சமூகத்தில் மீண்டும் உள்நாட்டு மோதல் ஆழமான வேர்களை எடுக்கத் தொடங்கியது. முந்தைய ஆண்டுகளை விடவும் கூர்மையான அதிகரிப்பு எடுத்து, உயிரிழப்புகள் ஒரு புதிய நிலையை அடைந்தது.

ஆப்கானிஸ்தானில் நெருக்கடி நிலை கடந்த காலத்தைவிடக் குறைவு என்று சொல்லக்கூடிய ஒரு காலம் இருந்ததில்லை. ஒவ்வொரு முறையும் அது உச்சத்தைத் தொடுகின்றது.

ஒவ்வொரு நாளும் பொதுமக்கள் உயிரிழப்புகள் அதிகரித்து வருவதையே அதன் இறப்பு வரைபடம் காண்பிக்கிறது. மோதலில் ஈடுபடும் இனக் குழுக்கள் போரின் அனைத்து நிலைகளையும் சந்தித்துவிட்ட பிறகும் போரை உக்கிரமாகத் தொடர்கின்றன.

ஒவ்வொரு முறையும் முன்பை விடவும் தீவிரமான வன்முறைகள் நிரம்பிய போர்களில் நாடு வீழ்கின்றது.

நாளுக்கு நாள் தீவிரமடைந்துவரும் தாலிபான்களின் நடவடிக்கைகள் உறக்கமற்ற இரவுகளைத் தவிர வேறெதனையும் தருவதற்கில்லை. வெளிநாட்டுப் படைகளுக்கும், ஆப்கானிஸ்தான் படைகளுக்கும் அவர்கள் கடினமான நேரங்களைத் தொடர்ந்து கொடுக்கின்றனர்.

இப்போது மீண்டும் ஆப்கானிஸ்தான் தாலிபான்களின் பிடியில் முழுவதும் அகப்பட்டுள்ளது.

ஆப்கானிஸ்தானில் தாலிபான்களிடம் அதிகாரத்தை இழந்த ஆப்கானிஸ்தான் ஜனாதிபதி ஷிராஃப் கானி நாட்டைவிட்டுத் தப்பியோடினார். அவர் உண்மையில் அதிர்ஷ்டசாலி. அவ்வாறு தப்பிப் பிழைப்பதற்கான அவகாசம் அவருக்கு இருந்தது.

1996இல் முதன்முறையாக தாலிபான்கள் காபூலைக் கைப்பற்றியபோது ஜனாதிபதியாக இருந்த முகம்மது நஜிபுல்லாவுக்கு நிகழ்ந்ததுபோன்ற கொடுமையான முடிவைச் சந்தித்துவிடக்கூடாது என்று ஷிராஃப் கானி எண்ணியிருப்பார்.

சோவியத் ரஷ்யாவின் கம்யூனிஸ்ட்டுகளால் ஈர்க்கப்பட்டு அரசியலில் சேர்ந்த முகம்மது நஜிபுல்லா 1987-1992 காலப் பகுதியில் ஆப்கானிஸ்தானின் ஜனாதிபதியாக இருந்தார். ரஷ்யாவின் ஆசீர்வாதத்துடன் நடைமுறையில் சோவியத் ஒன்றியத்தின் கம்யூனிஸ்ட் ஆட்சியால் கட்டுப்படுத்தப்பட்ட ஆப்கானிஸ்தான் தலைவர்கள் வரிசையில் டாக்டர் முகம்மது நஜிபுல்லா ஆட்சிக்கு வந்தவர் எனினும், முஜாஹிதீன்களின் அழுத்தங்களைக் குறைக்கும் நோக்கில் அரசின் 'மதச்சார்பற்ற' தன்மையைக் கைவிட்டு, கம்யூனிசத்திற்கு முந்தைய பெயரை - ஆப்கானிஸ்தான் குடியரசுக்கு மாற்றினார். பதவிக்காலம் முழுவதும் தேசிய நல்லிணக்கச் சீர்திருத்தங்கள் மூலம் ஆப்கான் தேசியத்திற்கு ஆதரவாகச் சோசலிசத்திலிருந்து விலகியும் ஒரே கட்சி அரசை ஒழித்து, கம்யூனிஸ்ட் அல்லாதவர்களையும் அரசாங்கத்தில் இணைத்துக் கொண்டு ஆதரவை உருவாக்க முயன்றார்.

ஆப்கானிஸ்தான் முன்பு போல் ஜனநாயகக் குடியரசு என்று அழைக்கப்பட்டது. எனினும், ஆப்கானிஸ்தான் மக்களின் மதம் இஸ்லாம் என்று அறிவித்தார். ஆனாலும் முஜாஹிதீன்கள் திருப்தியடையவில்லை.

1996 செப்டம்பரில் தலைநகர் காபூலைக் கைப்பற்றிய தாலிபான்களின் கைகளில் சிக்காமல் தப்பிப்பதற்காக நஜிபுல்லா ஐக்கிய நாடுகள் சபையையும் இந்தியாவையும் நம்பினார். நஜிபுல்லாவின் குடும்பம் ஒரு மாதம் முன்பே இந்தியாவுக்குத் தப்பிச் சென்றிருந்த நிலையில் நஜிபுல்லாவுக்கு அரசியல் தஞ்சம் அளிப்பதற்கு இந்தியா முதலில் தயங்கியது. முஜாஹிதீன்களின் நிரந்தரப் பகையைச் சந்தித்துவிடக்கூடாது என்ற கரிசனத்துடன் அது இராஜதந்திரமாகச் செயற்பட்டது. காபூலில் இருந்த இந்தியத் தூதரகத்தில் தஞ்சம் அளிப்பதற்கும் மறுத்தது. இந்தியத் தூதரகத்தில் அவர் தஞ்சமடைந்திருப்பது தெரிந்தால் ஆப்கானிஸ்தானில் உள்ள இந்தியர்களின் வாழ்வுக்கு அச்சுறுத்தல் உருவாகும் என்று சொல்லப்பட்டது.

வடக்குக் கூட்டணியிடமிருந்து காபூலைத் தாலிபான்கள் கைப்பற்றுவதற்கு முன்பே நஜிபுல்லாவுக்குத் தப்பிக்கும் திட்டத்தை பாதுகாப்பு அமைச்சர் அஹ்மத் ஷா மசூத் முன்வைத்தார். பஷ்டூன் இனத்தவரான தன்னை அதே இனத்தவர்களான தாலிபான்கள் கொல்லமாட்டார்கள் என்று அவர் நம்பினார். அவரது நம்பிக்கை பலிக்கவில்லை. விபரீதமான ஆபத்து நேரம் கழுத்துப் பிடரியைத் தொட்டுவிட்ட பிறகு அவர் தப்பிக்க நினைத்தார். பல இராஜதந்திரிகளின் வாதப் பிரதிவாதங்கள், இழுத்தடிப்புகளின் பின்பு இந்தியாவுக்குத் தப்பிப்பதற்காக விமானத்தில் ஏறும் வழியில் நிறுத்தப்பட்டார்.

அஹ்மத் ஷா மசூத் தலைமையில் வடக்குக் கூட்டணியின் படைகள் அவரைப் பாதுகாப்பதில் தாலிபான்களை எதிர்த்துப் போரிட்டனர். ஆனால், இங்கேயும் அஹ்மத் ஷா மசூத்தின் சொந்த அரசியல் நோக்கத்தை அடைவதற்கு நஜிபுல்லா பயன்படுத்தப்பட்டார். உரிய நேரத்தில் திறக்கத் தவறிய நாடுகளின் வாசற் கதவுகளின் பின்னால் அவநம்பிக்கையும் அச்சமும் சூழ்ந்திருந்த தலைநகரில் சிக்கித் தவித்த நஜிபுல்லா ஆப்கானிஸ்தானில் இருந்த ஐக்கிய நாடுகளின் சபை வளாகத்தில் தஞ்சமடைந்தார்.

செப்டம்பர் 27, 1996 அன்று தாலிபான்கள் ஐ.நா. வளாகத்திற்குள் நுழைந்து நஜிபுல்லாவை உயிருடன் இழுத்துச் சென்றனர். அவரது சகோதரர் ஷாஹ்பூர் அஹ்மத்ஸாயையும் பிடித்துச் சென்றனர். சித்திரவதைக்குள்ளான இருவரினதும் இரத்தம் வழியும் உடல்களைக் காபூல் தெருக்களில் டிரக் வண்டியில் கட்டி

இழுத்துப் போனார்கள். காபூலிலுள்ள ஜனாதிபதி மாளிகைக்கு முன்னால் மின்கம்பத்தில் தூக்கிலிட்டும், துப்பாக்கியால் சுட்டுச் சல்லடை செய்தும் நஜிபுல்லாவும் அவரது சகோதரரும் கொல்லப்பட்டார்கள்.

நாளை முதல் புதிய சகாப்தம் தொடங்குகிறது என்ற செய்தியை தாலிபான்கள் பொது மக்களுக்கு அறிவித்தார்கள்.

19

ஆப்கானிஸ்தான் இஸ்லாமிய எமிரேட்ஸ் தொடங்கிய ஆறு மாதங்களில் அதாவது மார்ச் 11, 1997 அன்று 'இஸ்லாமியக் கலாச்சாரத்தின் மறுமலர்ச்சியை நோக்கிய முயற்சிகள்' என்ற தலைப்பில் தாலிபான் ஆட்சியாளர்கள் இரண்டு நாள்கள் கருத்தரங்கொன்றை நடத்தினார்கள். ஆப்கானிஸ்தானின் தூய்மையான கலாச்சாரத்தை மீட்பதற்கான ஆதரவு கோரும் அந்தக் கருத்தரங்கில் தாலிபான்களின் தலைவர் முஹம்மது முல்லா உமர் இவ்வாறு கூறினார்.

"கலாச்சாரத் துறைகளில் ஈடுபடுபவர்களின் ஆதரவிற்காக, எதிர்காலச் சந்ததியினரின் கல்விக்காக, நமது உண்மையான கலாச்சாரத்தைப் பாதுகாப்பதற்காக என்னால் முடிந்ததைச் செய்வேன் என்று உறுதியளிக்க விரும்புகிறேன். ஆப்கானியர்கள் எல்லோரும் வெளிநாட்டுக் கலாச்சாரங்களை நிராகரிக்க வேண்டும். ஆப்கானியர்கள் தங்களின் சொந்தக் கலாச்சார மதிப்புகளைக் கடைப்பிடிக்க வேண்டும்."

'காலனித்துவ கலாச்சாரத்திற்கு எதிரான போராட்டம் என்பது ஒவ்வொரு முஸ்லிமின் கடமையாகும்' என்று அறிவிக்கும் பேனர் பேச்சாளர்களின் பின்னணியில் மேடையில் தொங்கவிடப்பட்டிருந்தது.

தாலிபான்கள் தோற்றம் பெற்ற நாளிலிருந்தே தங்கள் கட்டுப்பாட்டுப் பகுதிகளில் உள்ள பெண்களை பர்தா அணியும்படி கட்டாயப்படுத்தி வந்தனர். பாரம்பரிய ஆப்கானிஸ்தான் பெண்களின் உடை தலை முதல் கால் வரையிலான முக்காடு என வலியுறுத்தினர். கண்களை மறைக்காத சவூதி நாட்டுப் பாணி முக்காட்டுக்கும் அனுமதியில்லை என்று அறிவித்தனர்.

ஷரிஆ அல்லது இஸ்லாமியச் சட்டம் என்று கூறி பர்தா தொடர்பான அரசாணை பகிரங்கமாக நியாயப்படுத்தப்பட்டாலும் தாலிபான் அரசாங்கத்தின் உயர் நீதிமன்றத்தின் தலைவர் 'இஸ்லாமிய ஷரிஆ பெண்கள் முகத்தை வெளிக்காட்ட அனுமதிக்கிறது' என்று கூறினார். இது தாலிபான்களிடையேயும் பெண் மீதான ஷரிஆ சட்ட நடைமுறை தொடர்பில் குழப்பம் இருப்பதைக் காட்டுகிறது.

"பெண்களின் முகத்தில் கவர்ச்சி அல்லது காமத்தின் அறிகுறி இல்லாத வரை அவர்கள் முகத்தைத் திறப்பதில் குற்றமில்லை. எவ்வாறாயினும் நாங்கள் இப்போது மேற்கத்திய கலாச்சாரச் சூழலில் இருக்கிறோம். எனவே பெண்கள் முகத்தை மறைத்துக்கொள்வதே சரியானது" என்று முல்லா அப்துல் காஃபூர் சனானி கூறினார்.

இன ரீதியாகவும் கலாச்சார ரீதியாகவும் வேறுபட்ட தேசத்தின் மீது தெற்கு ஆப்கானிய கலாச்சாரத்தைத் திணிக்க ஷரிஆவை ஒரு சாக்காக தாலிபான்கள் பயன்படுத்துகின்றனர் என்றொரு கருத்தும் சில ஆப்கானியர்களிடையே உள்ளது.

பெண்கள் வேலை செய்யக்கூடாது, அவர்கள் வீட்டிற்குரியவர்கள் என்ற பாரம்பரியம் தாலிபான்கள் கட்டுப்பாட்டுப் பகுதிகளில் கடைப்பிடிக்கப்பட்டது. இந்தக் கலாச்சாரம் வடக்கு ஆப்கானிஸ்தான் வாழ்க்கை முறையின் ஒரு பகுதியாக இருந்ததில்லை. ஆனால் தென் மாகாணங்களில் பொதுவானது.

பெண்களின் கல்வி உரிமையைத் தடுப்பதும் மட்டுப்படுத்துவதும் தாலிபான்களின் ஆட்சியில் இறுக்கமான நடைமுறைக்கு வந்தது. காபூல் நகர் தாலிபான்களின் ஆட்சி அதிகாரத்திற்கு வந்த பிறகு மீள் திறக்கப்பட்ட காபூல் பல்கலைக்கழகத்திலிருந்து பெண்கள் விலக்கப்பட்டனர்.

உயர்கல்வி அமைச்சர் மௌலவி ஹம்துல்லா நூமணி பத்திரிகையாளர்களிடம் கூறுகையில், வளங்கள் கிடைக்கும்போது பெண்கள் கல்வி பயில்வது தொடங்கும். என்றாலும் பெண்கள் சில பாடங்களை மட்டுமே படிக்க அனுமதிக்கப்படுவார்கள் என்றார்.

"முக்கியப் பிரச்சினை வளங்களின் பற்றாக்குறை. பெண்களுக்கான தனி வசதிகள் தேவை. எங்களிடம் போதுமான பெண் ஆசிரியர்கள் இல்லை. ஆனால் எங்களுக்கு ஆதாரங்கள் கிடைத்தால் சில பாடங்களில் பெண்கள் பீடங்கள் திறக்க

அனுமதிக்கப்படும். உதாரணமாக அவர்கள் பொறியியல் படிக்க அனுமதிக்கப்படாவிட்டாலும், மருத்துவம், வீட்டுப் பொருளாதாரம், கற்பித்தல் துறைகளில் படிக்க அனுமதிக்கப்படுவார்கள்" என்று கூறினார்.

1996 செப்டம்பரில் தாலிபான்கள் காபூலைக் கைப்பற்றி பல்கலைக்கழகத்தை மூடுவதற்கு முன்பு காபூல் பல்கலைக்கழகத்தில் 4,000 பெண் மாணவர்கள் இருந்தனர்.

தாலிபான்களின் பெண் பார்வையானது சிரியா, ஈரான் நாடுகளின் சில பகுதிகளை அகப்படுத்தி நடத்தப்படும் ஐஎஸ்ஐஎஸ் மதத் தீவிரவாத இயக்கத்தின் ஆட்சியில் பெண் பார்வையுடன் ஒத்ததாயும் உள்ளது.

ஐஎஸ்ஐஎஸ் இயக்கத்தின் பெண் போராளிகள் பிரிவான 'அல்-கன்சா' படையணி ஐஎஸ்ஐஎஸ் ஆட்சியில் பெண்கள் பற்றிப் பேசும் ஒரு விஞ்ஞான அறிக்கையைத் தயாரித்திருந்தது. 'அல்-கன்சா' தயாரித்த அந்த ஆவணத்தில் அறிவிக்கப்பட்ட விதிகளில், 'அனைத்துப் பெண்களும் கறுப்பு நிறத்தில் மட்டுமே ஆடை அணிய வேண்டும், காலணிகள், கையுறைகள், முகமூடி உட்பட. உடலின் எந்தப் பாகமும் தெரியக் கூடாது - கால் விரல்களிலிருந்து கை விரல்கள்வரை' என்பதாக வரையறுக்கப்படுகிறது. இஸ்லாமிய ஆட்சியில் ஃபேஷன் ஆடைக் கடைகள் தடை செய்யப்பட்டதுடன் இவ்வாறான கடைகள் 'பிசாசுகளின் செயல்' என்றும் அது வர்ணிக்கிறது.

"ஆண்களும் பெண்களும் சமமானவர்கள் அல்ல. இஸ்லாமிய அரசின் கீழ் ஆண்களும் பெண்களும் முற்றிலும் மாறுபட்ட பாத்திரங்களைக் கொண்டவர்கள். ஒரு பெண் தாயாகவும் மனைவியாகவும் கணவனுக்கும் பிள்ளைகளுக்கும் சேவை செய்வதே அவளின் அடிப்படைச் செயற்பாடு. விதிவிலக்கான சந்தர்ப்பங்கள் தவிர பெண்கள் வீட்டை விட்டு வெளியேறுதல் தடை செய்யப்பட்டுள்ளது. அந்த விதிவிலக்கான சந்தர்ப்பங்கள், ஜிஹாத், மதக் கல்வி, மதப் பிரச்சாரம் ஆகிய மூன்றும். இது தவிர ஆசிரியர்களாகவும் மருத்துவர்களாகவும் இருக்கும் பெண்கள் ஐஎஸ் விதித்திருக்கும் ஆடை ஒழுங்குடன் நிபந்தனைகளை மீறாதபடியாக வீட்டை விட்டுக் கிளம்பலாம். அந்த நிபந்தனைகள் மேலும் விவரணப்படுத்தப்படுகின்றன. எப்படியென்றால், கட்டாயமான சூழலில் என்றாலும் ஒரு பெண் வாரத்தில் மூன்று நாள்களுக்கு மேல் வேலை செய்யக்கூடாது. நான்கு

மணி நேரங்களுக்கு மேல் வேலை செய்யக்கூடாது. வாரத்தில் எல்லா நாளும் வேலை செய்வது, நீண்ட நேரம் வேலை செய்வது, இரவுப் பணி செய்வதெல்லாம் மேற்கத்திய கலாசாரத்தின் பொருள்முதல்வாதத்திற்குள் பெண்களை இட்டுச் செல்லக் கூடியது. தாயாகவும் மனைவியாகவும் மட்டுமே இருக்க வேண்டிய பெண் எனும் பாத்திரத்திலிருந்து இது பெண்களை விலகிச் செல்ல வைக்கும். பெண்களை வீட்டிலிருந்து விடுவிக்கக் கோரும் காபிர்களின் மேற்கத்திய 'லிபரல்' கலாச்சாரத்தை மையமாகக் கொண்ட சிதைந்த கருத்துகளும் மோசமான நம்பிக்கைகளும் பெண்ணின் மாதிரியைத் தோல்வியடையச் செய்துள்ளன."

1996 செப்டம்பரில் தாலிபான்கள் காபூலைக் கைப்பற்றியபோது காபூல் பல்கலைக்கழகத்தில் 4,000 பெண்களே இருந்தனர், ஆனால் 2021இல் தாலிபான்கள் காபூலைக் கைப்பற்றியபோது அங்கு பயின்ற 22 ஆயிரம் மாணவர்களில் 43 வீதமானவர்கள் பெண்கள். 1996இல் தாலிபான்கள் பிடியிலிருந்த ஆப்கானிஸ்தான் ஆட்சி 2001இல் முடித்துவைக்கப்பட்டது. அதிலிருந்து 2021 வரையான 20 வருட காலங்களில் ஆப்கானிஸ்தான் அரசின் கட்டுப்பாட்டில் உள்ள நகரங்களில் மில்லியன் கணக்கான ஆப்கானிஸ்தான் பெண்கள் பள்ளிக்குச் சென்றுள்ளனர். ஆப்கானிஸ்தான் பெண்கள் ஆப்கானிஸ்தான் வரலாற்றில் முன்னெப்போதையும் விட அதிகளவில் அரசியல் பதவிகளை வகிப்பது உட்பட பொது வாழ்விலும் பல்வேறு அரசியல் தனியார் துறைகளிலும் கால்பதித்துள்ளனர்.

அரசாங்கத்தின் கட்டுப்பாட்டில் உள்ள பகுதிகளில் இந்த முன்னேற்றங்கள் குறிப்பிடத்தக்க அளவில் நிகழ்ந்தாலும் தாலிபான்கள் கட்டுப்பாட்டுப் பகுதிகளிலுள்ள பெண்கள் வழக்கமான அவர்களது நடவடிக்கைகளால் கல்வி உரிமையை மறுக்கப்பட்டவர்களாக இருந்தனர். 2002க்குப் பிறகு ஆரம்ப ஆண்டுகளில் பள்ளிகளில் மில்லியன் கணக்கானவர்கள் சேர்க்கப்பட்டனர் எனினும் 2014ஆம் ஆண்டுக்குப் பிறகு நாடு முழுவதும் மாணவர்களின் எண்ணிக்கை குறையத் தொடங்கியது. பாதுகாப்பின்மை, பாகுபாடு, ஊழல், பாடசாலைகளுக்குக் குறைக்கப்பட்ட நிதி உள்ளிட்டவை இந்தப் பின்னடைவுக்குக் காரணங்கள்.

மனித உரிமைகள் கண்காணிப்பகமும் ஆப்கானிஸ்தான் ஆய்வாளர்களும் கடந்த காலங்களில் கல்விக்கான கோரிக்கை

அதிகரித்ததை நிரூபிக்கின்றன. இதில் நாட்டின் பல பகுதிகளில் பெண்கள் படிக்க வேண்டுமென்ற வரவேற்பு பெருகியது. குடும்ப எதிர்ப்பையும், சமூக எதிர்ப்பையும் மீறி தனியார் தொண்டு நிறுவனங்களின் அனுசரணையில் வீடுகளில் இரகசியமாகக் கல்வி கற்கும் நடவடிக்கைகள் இருந்தன. கிராமங்களில் பெண் கல்விப் பள்ளிகள் இயங்கின. பாதுகாப்பை உறுதி செய்து, உள்ளூர் கல்விச் செயற்பாடுகளைக் கல்வி முறையுடன் இணைப்பதை அரசாங்கம் செய்திருக்கவேண்டும். ஆனால் அப்படி எதுவும் நிகழவில்லை.

தாலிபான்கள் அதிகாரப்பூர்வமாக இனி பெண்களின் கல்வியை எதிர்க்க மாட்டோம் என்று கூறினாலும் மிகக் குறைவான தாலிபான் அதிகாரிகள்தான் பருவமடைந்த பிறகு பள்ளிக்குச் செல்ல அனுமதிக்கிறார்கள். பிரதேசத்திற்குப் பிரதேசம் நிர்வாகத்தில் இருக்கும் தாலிபான்களுக்கு இடையிலான இந்த முரண்பாடுகள் மக்களை எச்சரிக்கையாக வைத்திருக்கின்றன. “இன்று, தாலிபான் அதிகாரியொருவர், ஆறாம் வகுப்பு வரை பெண்களை அனுமதிப்போம் என்று சொல்கிறார். ஆனால் நாளை, அவரது இடத்திற்கு வேறொருவர் வந்தால் அவர் பெண் கல்வியை முழுமையாக மறுக்க இடமுள்ளது” என்ற அச்சம் பெண் பிள்ளைகளைப் பள்ளிக்கு அனுப்புவதற்கு மக்களைத் தடுக்கிறது.

குண்டுஸ் மாவட்டங்களிலுள்ள தாலிபான் அதிகாரிகள் பெண்கள் தொடக்கப் பள்ளிகளைச் செயல்பட அனுமதித்தனர். பெண்களும் இளம் பெண்களும் உயர்நிலைப் பள்ளிகளிலும் பல்கலைக்கழகங்களிலும் சேர்ந்துகொள்ள அரசு கட்டுப்பாட்டில் உள்ள பகுதிகளுக்குச் செல்வதற்கும் அனுமதித்தனர். மாறாக, ஹெல்மண்ட் மாகாணத்தில் தாலிபான்களின் கட்டுப்பாட்டில் உள்ள மாவட்டங்களில் பெண்களுக்கான ஆரம்பப் பள்ளிகள் கூட எதுவும் இயங்கவில்லை. இந்தக் கிராமப்புற மாவட்டங்களில் சில அரசாங்கக் கட்டுப்பாட்டில் இருந்தும் கூட பெண்கள் பள்ளிகள் செயல்படவில்லை.

தாலிபான்களின் முன்னைய ஆட்சியில் ஆசிரியர்களின் சம்பளத்திற்கு வரி விதிக்கப்பட்டது. ஆசிரியர்கள், ஆசிரியர்களின் உறவினர்கள், ஆசியரியர்களுக்குக் குடியிருப்பு வழங்குவோர் அச்சுறுத்தலை எதிர்கொண்டனர்.

தாலிபான் அதிகாரிகள் மாவட்டங்களுக்கும் மாகாணங்களுக்கும் இடையேயான கல்வியை அணுகுவதில் உள்ள வேறுபாடுகள், பாதுகாப்புப் பிரச்சினைகள் அத்துடன் சமூகங்களுக்குள்

பெண்களின் கல்வியை ஏற்றுக்கொள்ளும் மாறுபட்ட நிலைகள் காரணமாகப் பெண்கள் ஆரம்பக் கல்வியைப் பெறும் வாய்ப்பு மிகவும் குறைவதற்கான சூழ்நிலைகளே அதிகம். ஆப்கானிஸ்தானில் பல கிராமப்புறச் சமூகங்களில் பெண் கல்விக்குக் கடுமையான எதிர்ப்பு உள்ளது.

பெண் கல்வியில் காணப்படும் சீரற்ற அணுகுமுறை தாலிபான் தளபதிகளின் மாறுபட்ட கருத்துகள் தாலிபான் இராணுவக் கட்டளை வரிசையில் அவர்கள் நிலைப்பாடு, உள்ளூர் சமூகங்களுடனான அவர்களின் உறவு நிலைகளும் செல்வாக்கு செலுத்துவதைப் பிரதிபலிக்கின்றன.

தாலிபான்கள் கட்டுப்பாட்டில் ஆண் துணையின்றி பெண்கள் வீட்டை விட்டுப் புறப்பட முடியாது. பொது இடங்களில் பெண்களுக்கான கழிவறைகள் இல்லை. சீருடையில் இருந்த பள்ளி மாணவிகள் மீதே அசிட் தாக்குதல்கள் நடந்துள்ளன. பெண்கள் நகப்பூச்சு பயன்படுத்துவது, அலங்காரம் செய்வது கூடாது. சத்தமாகப் பேசுதல் சிரித்தல்கூட தண்டனைக்குரிய குற்றங்கள். பெண்களின் உரிமைகளுக்கு எதிரான வன்முறைகள், சுரண்டல்களுக்கு நீதியைப் பெறுவது முடியாத காரியம். விவாகரத்து கோரி வழக்குப் பதிவு செய்த பெண்கள் பலர் சிறைச்சாலைகளுக்கு அனுப்பிவைக்கப்பட்டனர். விவாகரத்து கிடைக்காது என்று அறிந்து கணவனைக் கொன்றுவிட்டுத் துணிகரமாகத் தாலிபான்களின் தூக்குதண்டனையை ஏற்றுக் கொண்ட பெண்களின் கதைகளும் உள்ளன. அசிட் தாக்குதல்கள், பொதுவில் நிறுத்தி கசை அடித்தல், தண்டித்தல் போன்றன அங்கு மிகச் சாதாரணமான தண்டனை முறைகள்.

ஆப்கானிஸ்தானின் சமூக-சட்ட கட்டமைப்பானது சட்டப் பன்மைத்துவத்தால் வகைப்படுத்தப்படுகிறது. முறையான, முறைசாரா நிறுவனங்கள் எழுதப்பட்ட, எழுதப்படாத பல சட்ட ஆதாரங்களைக் கொண்டு சமூகத்தை நிர்வகிக்கின்றன. ஆப்கானிஸ்தான் சட்ட விதிமுறைகள் நகர்ப்புற, கிராமப்புற, பழங்குடி பிரிவுகள் என்று மிகவும் மாறுபட்ட சமுதாயங்களை உள்ளடக்கியுள்ளது. ஒவ்வொரு விதிமுறைகளும் வழிமுறைகளும் தகராறுகளைத் தீர்ப்பதற்கு எனினும், இரண்டு மேலாதிக்க அமைப்புகளை நீதியைப் பெறுவதற்காக மக்கள் அணுகவேண்டியுள்ளது. ஒன்று அரச முறைசார் நீதித்துறை, மற்றையது முறைசாரா நீதித்துறை.

ஆப்கானிஸ்தான் சட்டக் கல்வித் திட்டத்தால் 2012 இல் வெளியிடப்பட்ட ஆப்கானிஸ்தான் குற்றவியல் சட்டம் குறித்த புத்தகத்தின் படி, 1976ஆம் ஆண்டு தண்டனைச் சட்டத்தின் பிரிவு 1 இஸ்லாமியச் சட்டத்தின் ஹனபி மத்ஹபுடன் வரையறுக்கப்படுகின்றது. இந்தச் சட்டப் பிரிவு குற்றங்களை மூன்று பிரிவுகளாக வகைப்படுத்துகின்றது. ஹுதுத் (hudud), கிசாஸ் (qisas), தாசீரி(ta'azir). இந்த மூன்று வகைக் குற்றங்களும் இஸ்லாமியச் சட்டத்தின் கீழாகத் தண்டிக்கப்படவேண்டும். அரசியலமைப்பு அல்லது தண்டனைச் சட்டத்தின் கீழ் வரையறுக்கப்படாத குற்றச் செயல்கள், பிரச்சினைகளுக்கு சுன்னி இஸ்லாமிய நீதித்துறையாகக் கருதப்படும் ஹனபி மத்ஹபின் விளக்கத்தையே நீதிமன்றங்கள் நம்பியுள்ளன.

இந்த நடைமுறையானது தாலிபான்கள் ஆட்சிக் காலத்திற்குரியதோ அல்லது தாலிபான்கள் கட்டுப்பாட்டுப் பகுதிகளில் நடைமுறையிலிருப்பதோ அல்ல. இஸ்லாமிய ஷரீஆ சட்டத்தைப் பகுதியளவில் உள்வாங்கியதாகவே ஆப்கானிஸ்தான் நீதித்துறை காலங்காலமாக இருந்துவருகிறது.

இஸ்லாமியச் சட்டத்தின் கீழ் ஹுதுத் குற்றங்கள் மிகக் கடுமையான குற்றங்கள் மட்டுமல்ல. அவை இறைவனுக்கு எதிரான மீறல்களாகக் கருதப்படுகின்றன. இந்தக் குற்றங்களுக்கான தண்டனைகள் குறிப்பாக குர்ஆனில் குறிப்பிடப்பட்டுள்ளன. குர்ஆனை ஆதாரமாகக் கொண்டு ஆப்கானிஸ்தானில் நடைமுறையில் இருக்கும் ஹுதுத் குற்றங்களும் தண்டனைகளும் பின்வருமாறு:

* திருட்டு; பணம் பொருள் சொத்து எதுவாகினும் (கையை வெட்டுதல்);
* விபச்சாரம்; ஜினா அல்லது சட்டவிரோதப் பாலியல் உறவுகள் (100 கசையடி, நாடு கடத்தல் அல்லது மரணம்);
* அவதூறு, குறிப்பாகச் சட்டவிரோதப் பாலியல் உறவுகளின் தவறான குற்றச்சாட்டுகள் (80 கசையடிகள்);
* மது அருந்துதல் அல்லது போதைப் பொருள்களை உட்கொள்வது (80 கசையடி)

இஸ்லாமிய ஷரிஆ சட்ட அமலாக்கத்தின் அடிப்படையில் ஹுதுத் குற்றங்கள் 'குறிப்பிடத்தக்க வகையில் வளைந்து கொடுக்க முடியாதவை'. எவ்வாறாயினும், பெரும்பாலான ஹுதுத்

குற்றங்களுக்கான ஆதாரங்கள், குற்றத்தை நிரூபிப்பதற்கான சாட்சியங்கள் அவசியம்.

ஆப்கானிஸ்தானில் அரச ஆதரவு மதத் தலைவர்களும் நீதித்துறை அதிகாரிகளும் இந்த இஸ்லாமியக் கொள்கைகளின் கீழ் தீர்ப்புகளை விளக்குவதற்கும் நடைமுறைப்படுத்துவதற்கும் அதிகாரம் அளிக்கப்பட்டுள்ளது.

தாலிபான்கள் ஷரீஆ சட்ட நடைமுறையை மிகவும் இறுக்கமாக நடைமுறையில் வைக்கின்றனர். இவர்களது முன்னோடி இஸ்லாமிய அறிஞர்கள் அளித்த சட்ட விளக்கங்களையே இவர்கள் பெரும்பாலும் பின்பற்றுகிறார்கள். தீவிர சிந்தனை கொண்ட இஸ்லாமிய அறிஞர்கள் பெண்களின் பொதுவாழ்வை மறுப்பவர்களாக இருக்கிறார்கள். பெண்களின் பணியை வீட்டுடன் மட்டுப்படுத்துகிறார்கள். அபு ஆலா மௌதூதி, சையத் குத்ப் போன்ற முன்னோடி அறிஞர்களின் பார்வைகள் பெரும்பாலும் இஸ்லாமிய மதத் தீவிரவாத இயக்கங்களின் போக்குகளுக்கு இசைவாகின்றன.

அக்டோபர் 2012இல் பெண்கள் கல்வி உரிமைக்காகப் பகிரங்கமாகப் பேசியதற்காக மலாலா யூசுப் துப்பாக்கிச் சூட்டுக்கு இலக்காகினார். 2008இல் பாகிஸ்தான் - ஆப்கானிஸ்தான் எல்லையிலுள்ள ஸ்வாட் பள்ளத்தாக்கைத் தாலிபான்கள் கைப்பற்றியபோது அவர்களது வழக்கமான சட்ட விதிகளை அங்கு நடைமுறைக்குக் கொண்டுவந்ததினால் மலாலா யூசுப் உட்பட பல சிறுமிகள் கல்வியைத் தொடர முடியாமல் போனது.

பத்திரிகையாளர், பெண்ணியவாதி சுக்ரியா பராக்ஸாய் 2010இல் நடைபெற்ற பொதுத் தேர்தலில் நாடாளுமன்ற உறுப்பினராகத் தெரிவானர். பெண்களின் உரிமைகள் குறித்துத் தொடர்ந்து பேசியும், உரையாடியும் செயற்பட்டு வந்த இவர் கடுமையான எச்சரிக்கைகளையும் அச்சுறுத்தல்களையும் ஆயுதக் குழுக்களிடமிருந்தும் தாலிபான்களிடமிருந்தும் எதிர்கொண்டார். நவம்பர் 2014 இல் இவர் மீது கொலை முயற்சி மேற்கொள்ளப்பட்டது. படுகாயங்களுடன் அவர் உயிர் தப்பினார்.

தாலிபான்களின் ஆசிட் தாக்குதல், கொலைகள், கொலை அச்சுறுத்தல்களின் பட்டியல் மிக நீண்டதாக இருந்தபோதும், கடந்த காலங்களில் நம்பமுடியாத துணிச்சலான பல பெண்கள் ஆப்கானிஸ்தான் சமூகங்களிலிருந்து உலகின்

வெளிச்சத்திற்கு வந்தார்கள். சட்டத்தரணிகள், மனித உரிமைச் செயற்பாட்டாளர்கள், ஊடகவியலாளர்கள், ஒளிப்படக் கலைஞர்கள், ஆவணப்பட இயக்குநர்கள், கலைஞர்கள், விளையாட்டு வீரர்கள் என்று எல்லாத் துறைகள் வழியாகவும் ஆணாதிக்கக் கலாச்சாரங்கள், பிற ஆயுதக் குழுக்களின் அச்சுறுத்தல்கள், தாலிபான்களின் மதத் தீவிர இறுக்கங்கள், உயிராபத்துகளால் வரையறுக்கப்பட்ட எல்லைகளைக் கடந்து குரல்களை உயர்த்தினார்கள். கடுமையான அபாயங்களை எதிர்கொண்டபோதும் பெண்களின் உரிமைகளை மீறும் அனைத்தையும் தொடர்ந்து சவால் செய்தார்கள். ஒரு பெண் எடுக்கும் எந்தச் சிறிய எதிர்ப்பு நடவடிக்கையும் நாளை மற்றொரு பெண் நீண்ட தூரம் செல்லும் துணிகரத்தைத் தரவல்லதே!

2010இல் ஆப்கானிஸ்தானில் தேர்தல் அறிவிப்பு வெளியானதிலிருந்து தாலிபான்கள் கடுமையான எச்சரிக்கைகளை விடுத்துவந்தனர். தேர்தலை மக்கள் பகிஷ்கரிக்க வேண்டும் என்றனர். தேர்தல் தினத்தன்று தாக்குதல்கள் நடத்தப்போவதாகவும் அறிவித்தனர். கொலை மிரட்டல்கள் இருந்தபோதிலும், நாட்டின் பாரம்பரிய போர் வீரர்களுக்கு எதிராக அசாதாரண வேட்பாளர்கள் நாடாளுமன்ற இருக்கைகளுக்கான போராட்டத்தில் இறங்கினார்கள். 249 நாடாளுமன்ற உறுப்பினர்களைத் தெரிவு செய்யும் போட்டியில் 2,500க்கும் மேற்பட்ட வேட்பாளர்கள் போட்டியிட்டார்கள். 4 தேர்தல் வேட்பாளர்கள் தேர்தலுக்கு முன்பே கொல்லப்பட்டார்கள். நூற்றுக்கும் மேற்பட்ட வேட்பாளர்கள் தாலிபான்களின் தேர்தல் எதிர்ப்புத் தாக்குதல்களில் காயமடைந்தார்கள். இருந்தபோதிலும், இந்தத் தேர்தலில் போட்டியிட்ட பெண்களின் எண்ணிக்கை சாதனைக்குரியது. 246 இடங்களில் 68 பெண் வேட்பாளர்கள் என்கிறது புள்ளி விவரம்.

ஃபவ்ஸியா கூஃபி, ஸரிஃபா கஃபாரி, சலீமா மஸாரி போன்ற பெண்கள் உரிமைகளுக்காகக் குரல் தரக்கூடிய மிகத் துணிச்சலான ஆளுமைகளும் அரசியல்வாதிகளும் அவ்வளவு எளிதாகத் தோன்றியவர்களில்லை.

ஆப்கானிஸ்தானிலுள்ள மூன்று பெண் மாவட்ட கவர்னர்களில் ஒருவராக சலீமா மசாரி 2019 முதல் பணியில் இருந்தார். அரைவாசிக்கும் அதிகமான பகுதிகள் தாலிபான்களின் கட்டுப்பாட்டில் இருந்தபோதும் சர்கின்ட் மாவட்டத்தைப்

பாதுகாக்க உள்ளூர் மக்களுடன் துணிகரமாகச் செயற்பட்ட ஆளுமை.

ஸரிஃபா கஃபாரி, நீண்ட காலமாக ஆப்கானிஸ்தானில் பெண்களின் உரிமைகளை ஆதரித்து பெண்களைப் பொருளாதார ரீதியாக மேம்படுத்துவதில் கவனம் செலுத்தும் அமைப்பைத் தொடங்கி அதற்கென வானொலி நிகழ்ச்சிகளைத் தயாரித்துத் தொகுத்து வழங்குகிறவர்.

ஃபவ்ஸியா கூஃபி, நாடாளுமன்றத்தின் இரண்டாவது துணை சபாநாயகராகப் பணியாற்றிய முதல் பெண். 2005 - முதல் 2019 வரை நாடாளுமன்ற உறுப்பினராக இருந்தவர்.

கல்வித் துறை, வங்கித் துறை, நிர்வாகம் போன்ற துறைகளிலும் பல பெண்கள் வேகமாக நுழைந்து விரைவாக வென்றார்கள்.

வங்கிகள், அலுவலகங்கள், பல்கலைக்கழகங்களில் பணியில் இருந்த பெண்களைத் துப்பாக்கி முனையில் வீடுகளுக்கு அனுப்பிவைத்ததுதான், தாலிபான்கள் கைப்பற்றிய நகரங்களில் முதலில் நடந்த காரியங்கள்.

தாலிபான்கள் அரசாங்கத்தில் பெண்கள் இல்லை. அவர்களின் நிர்வாகத்துறை, பொதுத்துறை, நீதித்துறை எதனிலும் பெண்கள் இல்லை.

கடந்த 20 ஆண்டுகளில் ஆப்கானிஸ்தானில் ஏற்பட்டு வந்த குறிப்பிடத்தக்க முன்னேற்றம் வெறும் தாலிபான்கள் ஆட்சிக்கு வந்த சில வாரங்களில் யாரும் எண்ணிப் பார்க்க முடியாத வேகத்தில் தலைகீழாக மாறியது.

20

ஆப்கானிஸ்தான் ஜனாதிபதி அஷ்ரப் கானி நாட்டை ஒரு பழங்குடி சமூகத்திலிருந்து நவீன தொழில்நுட்பச் சமூகமாக மாற்ற ஆதரவளிக்க வேண்டுமென்று கனவு கண்டார். இதை அடைவதற்காகவே 2009இல் ஜனாதிபதி பதவிக்குப் போட்டியிட தனது அமெரிக்க பாஸ்போர்ட்டைக் கைவிட்டார். இருப்பினும், இரண்டாவது பதவிக்காலம் முடிவடைவதற்கு மூன்று ஆண்டுகளுக்கு முன்பே ஒரு கடினமான சவாலையும்

அவமானகரமான முடிவையும் 2021 ஆகஸ்ட் 15ஆம் தேதி அவரது பதவிக்காலம் எதிர்கொண்டது. இறுதியில் நாட்டைத் தாலிபான்களிடம் விட்டுவிட்டுத் தப்பியோடினார்

கானி நாட்டை விட்டு வெளியேறியதை ஆப்கானிஸ்தான் தேசிய நல்லிணக்க கவுன்சிலின் தலைவர் அப்துல்லா அப்துல்லா ஒரு ஆன்லைன் வீடியோவில் உறுதிப்படுத்தினார்.

தலைமறைவாகிய ஆப்கானிஸ்தான் ஜனாதிபதி கானி, ஆழமாக வேரூன்றிய அரசாங்க ஊழலுக்கு எதிராகச் சிறிதளவு முன்னேறியவர். ஆனால், தாலிபான்களுடன் முன்னேறத் தவறிவிட்டார். மேலும் மிகவும் தேவைப்படும்போது நாட்டைக் கைவிட்டார். தாலிபான்கள் நாடு முழுவதும் உள்ள மாவட்டங்களை ஆக்கிரமித்துக்கொண்டு முன்னேறி வந்த வாரங்களில் கூட அவர் அதிர்ச்சியில் அல்லது உறைந்த நிலையில் இருந்தார். மோதலைப் பற்றி எந்தப் பொது அறிக்கையையும் வெளியிடவில்லை. ஊடகச் சந்திப்புகள் பத்திரிகை மாநாடுகளை நடத்தவோ செய்திகள் எதனையும் அறிவிக்கவோ இல்லை.

ஆகஸ்ட் 14, 2021 சனிக்கிழமையன்று, அரசாங்கம் ஒரு சுருக்கமான வீடியோவை ஒளிபரப்பியது. அதில் கானி ஆப்கானிஸ்தான் பாதுகாப்புப் படைகளைப் பாராட்டினார். மேலும் அவர்கள் வெற்றிபெறத்தக்க அளவு துணிவு பெற்றவர்கள் என அறிவித்தார். அவர் ராஜினாமா செய்வதைக் குறிப்பிடவில்லை.

2014இல் ஜனாதிபதியாக வருவதற்கு முன்பு, கானி வெளிநாட்டில் ஒரு நட்சத்திர வாழ்க்கையை அனுபவித்தவர். கல்வியாளரும் பொருளாதார நிபுணருமான அவர் தோல்வியடைந்த சிதைந்த நாடுகளை மீளக் கட்டியெழுப்புவதைப் பற்றி அதிக அக்கறையை வெளிப்படுத்தினார்.

1983இல் அமெரிக்காவில் மானுடவியல் பேராசிரியராக மாறுவதற்கு முன்பு கானி, கொலம்பியா பல்கலைக்கழகத்தில் முனைவர் பட்டம் பெற்றார். முன்னணி சர்வதேச நிபுணர்களில் ஒருவராக வெளிநாடுகளில் ஒரு சிறந்த வாழ்க்கையைக் கொண்டிருந்தார்.

தோல்வியுற்ற அரசுகளைச் சரிசெய்தல் (*Fixing Failed States: A Framework for Rebuilding a Fractured World*) என்ற அவரது புத்தகம் பெரிய அளவில் கவன ஈர்ப்பைப் பெற்றது. அத்துடன் 2010ஆம் ஆண்டில் உலகின் சிறந்த 100 உலகளாவிய சிந்தனையாளர்களில் ஒருவ க அவர் பெயரிடப்பட்டார்.

1990களின் நடுப்பகுதியில் உலக வங்கியில் பணிபுரிந்தார். ரஷ்ய நிலக்கரித் துறையில் நிபுணராகவும் இருந்தார். இறுதியாக 2001ஆம் ஆண்டின் பிற்பகுதியில் தாலிபான்கள் தோற்கடிக்கப்பட்ட பின்னர் ஐ.நா.வின் மூத்த ஆலோசகராக 24 ஆண்டுகளுக்குப் பிறகு சொந்த நாடான ஆப்கானிஸ்தானுக்குத் திரும்பினார்.

அடுத்தடுத்த நாள்களில், இடைக்கால அரசாங்கத்தின் தவிர்க்க முடியாத ஓர் இடத்தைப் பிடித்தார். 2002 முதல் 2004 வரை ஜனாதிபதி ஹமீத் கர்சாயின் கீழ் சக்திவாய்ந்த நிதி அமைச்சரானார். பெருகிவரும் ஊழலுக்கு எதிராகத் தீவிரமாகப் பிரச்சாரம் செய்தார்.

2014இல் தேர்ந்தெடுக்கப்பட்ட 72 வயதான கானியின் ஜனாதிபதி பதவி ஒரு புதிய வெடிப்பை உருவாக்கியது. 2014 இலும் 2019 தேர்தல்களிலும் கானியின் முதல் போட்டியாளராக இருந்தவர் அப்துல்லா அப்துல்லா. 2019 தேர்தல் முடிவுகளில் எழுந்த மோசடிக் குற்றச்சாட்டுகளால் ஐ.நா.சபை தலையிட்டு அவசரமாக மீண்டும் வாக்குகளை எண்ணுவதற்கு ஏற்பாடு செய்தது. எனினும், தேர்தல் முடிவுகள் அறிவிப்பு நீண்ட காலத்தை இழுத்தது. ஒரு மார்க்கமாக இந்தச் சர்ச்சை முடிவற்றதாக நிரூபிக்கப்பட்டபோது, அப்போது அமெரிக்க வெளியுறவு அமைச்சராக இருந்த ஜான் எஃப் கெர்ரி இருவருக்கும் இடையே அதிகாரப் பகிர்வு ஒப்பந்தத்தைக் கொண்டுவந்தார். இது உண்மையில் ஒரு பதட்டமான, பிளவுபடுத்தும் ஓர் ஏற்பாடு. இதன்போது ஆப்கானிஸ்தானும் மேற்கத்திய சக்திகளும் கானி பற்றிய தங்கள் கருத்துகளில் பிளவுபட்டன.

ஒருபுறம், அவர் நிபுணத்துவ ஆற்றலுக்காகப் புகழ் பெற்றார் என்பதும் உண்மை. அவர் ஒரு புதிய நாணயத்தை அறிமுகப்படுத்தினார். வரி முறையைச் சீரமைத்தார். வெளிநாடுகளில் வாழும் வசதிபடைத்த ஆப்கானிஸ்தானியர்கள் நாடு திரும்பவும், வெளிநாட்டுச் செல்வந்தர்கள் முதலீடு செய்யவும் அழைத்தார். மேலும் தாலிபான் சகாப்தத்தின் இருண்ட காலத்திலிருந்த நாட்டுக்கு வெளிச்சமூட்டும் நடவடிக்கைகளால் நாட்டைக் கட்டியெழுப்ப நன்கொடையாளர்களைக் கவர்ந்தார்.

மறுபுறம், அவர் தீர்மானமற்றவராகக் காணப்பட்டார். இதன் விளைவாக, கானி தனது கடைசி ஆண்டுகளில் வாஷிங்டனுக்கும் தாலிபானுக்கும் இடையிலான பேச்சுவார்த்தையில் இருந்து விலக்கப்படுவதைக் கவனித்தார். பின்னர், அமெரிக்கக்

கூட்டாளிகளுக்காகச் சிறைபிடிக்கப்பட்டிருந்த 5,000 கடினமான கிளர்ச்சியாளர்களை விடுவித்து அமைதி ஒப்பந்தத்தைப் பூட்டினார். இதற்கிடையில், தாலிபான்கள் இவரைக் 'கைப்பாவை' என்று நிராகரித்தனர். ஆகஸ்ட் 18, 2021இல் நாட்டை விட்டுத் தப்பியோடுவதற்கு முந்தைய சில மாதங்களில் ஜனாதிபதி மாளிகையில் கானிக்குச் சிறியளவு செல்வாக்கே இருந்தது. ஆப்கானிஸ்தானுடன் தனது நற்பெயரை மேம்படுத்த அவர் எடுத்த முயற்சிகள் எதுவும் பலிக்கவில்லை.

கானி ஜனாதிபதியாக இருந்தபோது புதிய தலைமுறையில், படித்த இளம் ஆப்கானியர்களைத் தலைமைப் பதவிகளுக்கு நியமிக்க முடிந்தது. அந்த நேரத்தில் நாட்டின் சக்திமிக்க தாழ்வாரங்கள் ஒரு சில உயரடுக்கு நபர்களின் ஆதரவாளர்களால் ஆக்கிரமிக்கப்பட்டது. ஊழலை எதிர்த்துப் போராடுவதாகவும், நலிந்த பொருளாதாரத்தை சரிசெய்வதாகவும், மத்திய ஆசியாவிற்கும் தெற்காசியாவிற்குமிடையேயான பிராந்திய வர்த்தக மையமாக நாட்டை மாற்றுவதாகவும் அவர் உறுதியளித்தார். ஆனால், அந்த வாக்குறுதிகளில் பெரும்பாலானவற்றை அவரால் நிறைவேற்ற முடியவில்லை.

உண்மையில் ஆப்கானிஸ்தான் வரலாற்றை முழுவதும் கவனிக்கின்ற ஒருவர், கானிக்கும் ஆப்கானிஸ்தானுக்குமிடையிலான இடைவெளியை நிரப்ப முடியாமல்போன காரணங்களில் வியப்பதற்கு ஒன்றுமில்லை.

அமைதிப் பேச்சுவார்த்தை ஒன்றுக்கான சாதகமான முடிவுகள் எட்டியிருந்தும், பயிற்சிகளும் ராணுவத் தளவாடங்களும் பெற்ற 3 இலட்சத்திற்கும் அதிகமான அரச ராணுவம் இருந்தும் அவற்றினால் பயனடையாமல் நாட்டையும் நாட்டு மக்களையும் நிர்க்கதியில் தள்ளி ஓடிய கானி சில நாள்களின் பின்பு 'இரத்தக் களரியில் இருந்து நாட்டைக் காப்பாற்றவே அப்படிச் செய்தேன்' என்று கூறியிருந்தார்.

இந்தக் கதையின் முதல்பகுதி 2001இல் தொடங்கிய ஆப்கானிஸ்தான் அமைதிச் செயல்முறையுடன் ஆரம்பமாகிறது. ஆப்கானிஸ்தானில் போரை முடிவுக்குக் கொண்டுவரும் முன்மொழிவுகளையும் பேச்சுவார்த்தைகளையும் உள்ளடக்கியது அமைதிச் செயல்முறை. ஆப்கானிஸ்தான் அரசுக்கும், அமெரிக்கத் துருப்புகளுக்கு எதிராகப் போராடும் முக்கியக் கிளர்ச்சிக் குழுவான தாலிபான்களுக்கும் அமெரிக்காவுக்கும் இடையே

நீண்ட படிமுறைகளைக் கொண்டதாக இருந்தபோதும், அமைதிப் பேச்சுவார்த்தைகள் 2018இல் தீவிரமடைந்தது. ஆப்கானிஸ்தான் அரசாங்கத்தை ஆதரிப்பதற்காக நாட்டுக்குள் அந்நிய நாட்டு வீரர்கள் இருந்தனர். அமெரிக்காவைத் தவிர சீனா, இந்தியா, பாகிஸ்தான், ரஷ்யா உட்பட்ட நேட்டோ போன்ற முக்கிய வல்லரசுகள் சமாதானச் செயல்முறையை எளிதாக்குவதாக முன்வரிசையில் இருக்கின்றன. பிராந்திய சர்வதேச சக்திகளின் தலையீடு ஆப்கானிஸ்தானில் தொடர்ச்சியாகப் போர் நிகழ்வதற்கு ஒரு காரணம் என்பது பரவலாகக் கவனத்திற்கு வந்திருந்ததுவும் அமைதிப் பேச்சுவார்த்தைகளைத் துரிதப்படுத்தியது.

அமைதிச் செயல்முறையின் ஒரு பகுதியாக இரண்டு அமைதி ஒப்பந்தங்கள் கையெழுத்திடப்பட்டுள்ளன. செப்டம்பர் 22, 2016 அன்று, ஆப்கானிஸ்தான் அரசுக்கும் குல்புதீன் ஹெக்மத்யாரின் ஹிஸ்ப்-இ-இஸ்லாமி போராளிக் குழுவுக்குமிடையே முதல் ஒப்பந்தம் கையெழுத்தானது. இரண்டாவது அமைதி ஒப்பந்தம் அமெரிக்காவுக்கும் தாலிபான்களுக்குமிடையே பிப்ரவரி 29, 2020இல் கையெழுத்திடப்பட்டது. ஒப்பந்தத்தின் விதிமுறைகளை தாலிபான் உறுதிசெய்தால் 14 மாதங்களுக்குள் ஆப்கானிஸ்தானில் இருந்து அமெரிக்க துருப்புகளைத் திரும்பப் பெறுமாறு அழைப்பு விடுக்கப்பட்டது.

மேலும் இந்த அமைதிப் பேச்சுவார்த்தைகளில் ‘ஆப்கானிஸ்தான் இஸ்லாமியக் குடியரசு’ சர்வதேசச் சட்டத்தின் கீழ் இறையாண்மை கொண்ட அரசாக அமெரிக்கா உட்பட்ட ஐக்கிய நாடுகளின் உறுப்பினர், சர்வதேச சமூகத்தால் அங்கீகரிக்கப்பட்டது. ஒரு விரிவான, நிலையான சமாதான உடன்பாட்டை அடைய ஒன்றிணைந்து செயல்படவும் அமெரிக்கா உறுதிப்பாட்டை வெளிப்படுத்தியது. அனைத்து ஆப்கானியர்களின் நலனுக்காக ஆப்கானிஸ்தானில் போரை முடித்து பிராந்திய நிலைத் தன்மைக்கும் உலகளாவிய பாதுகாப்புக்கும் பங்களிக்கும் இந்த அமைதி ஒப்பந்தம் நான்கு பகுதிகளைக் கொண்டது.

1) அமெரிக்காவினதும் அதன் நட்பு நாடுகளினதும் பாதுகாப்புக்கு எதிராக எந்தவொரு குழு அல்லது தனிநபரும் ஆப்கானிஸ்தான் மண்ணைப் பயன்படுத்துவதைத் தடுக்கும் உத்தரவாதங்களும் அமலாக்க வழிமுறைகளும்.

2) ஆப்கானிஸ்தானிலிருந்து அனைத்து அமெரிக்க, கூட்டணிப் படைகளைத் திரும்பப் பெறுவதற்கான காலக்கெடு.

3) ஆப்கானிஸ்தானின் இஸ்லாமியக் குடியரசு, தாலிபான்கள், பேச்சுவார்த்தைக் குழு ஆகியவற்றுக்கு இடையேயான பேச்சுவார்த்தையின் விளைவாக ஓர் அரசியல் தீர்வு.

4) நிரந்தரப் போர் நிறுத்தம்.

இந்த நான்கு பகுதிகளும் ஒன்றோடொன்று தொடர்புடையவை, ஒன்றுக்கொன்று சார்ந்தவை. இந்த அமைதி உடன்படிக்கையானது, நீண்ட கால சண்டைக்குப் பிறகு தன்னுடனும், அண்டை நாடுகளுடனும் சமாதானத்தையும் இறையாண்மை ஒருங்கிணைந்த ஆப்கானிஸ்தான் நாட்டையும் தேடும் குறிக்கோளை அனைவரிலும் பிரதிபலித்தது.

ஆனால், ஆப்கானிஸ்தானின் துரதிருஷ்டம் அமெரிக்காவிற்கும் தாலிபான்களுக்குமிடையிலான உடன்படிக்கைக்குப் பிறகு, ஆப்கானிஸ்தான் பாதுகாப்புப் படையினருக்கு எதிரான கிளர்ச்சித் தாக்குதல்கள் அதிகரித்தன. ஆப்கானிஸ்தான் அரசாங்க அதிகாரிகளுக்கும் தாலிபான் அதிகாரிகளுக்கிடையிலான அமைதிப் பேச்சுவார்த்தை செப்டம்பர் 2020இல் கத்தார் தோஹாவில் தொடங்கியது. ஆனால், அதனாலும் பொதுமக்கள் உயிரிழப்பை நிறுத்த முடியவில்லை. 2021 மே, ஜூன் மாதங்களில் கிட்டத்தட்ட 800 பொதுமக்கள் கொல்லப்பட்டனர். 1,600க்கும் மேற்பட்டோர் காயமடைந்தனர்.

ஆப்கானிஸ்தானில் மீண்டும் ஆட்சிக்கு வந்த தாலிபான்கள் 20 ஆண்டுகளுக்கு முன்பு இருந்ததை விட 'முற்றிலும்' வேறுபட்டவர்கள்.

ஆப்கானிஸ்தானில் போர் அதிகாரப்பூர்வமாக முடிவடைந்திருக்கலாம், ஆனால், ஆப்கானிஸ்தான் மக்களின் எதிர்காலம் எப்போதையும் விட இன்னும் நிச்சயமற்றதாகவே தெரிகிறது.

✻✻✻

துணை மூலாதாரங்கள்

Books/ Magzine/ Journal/ Research Papers

- The Afghanistan War and the Breakdown of the Soviet Union, Review of International Studies Vol. 25, No. 4 (Oct., 1999), pp. 693-708 (16 pages) Aron, L. (2006)
- The "Mystery" of the Soviet Collapse. *Journal of Democracy,* 17(2), 21-35. Central Intelligence Agency, Directorate of Intelligence. (1987, February)
- The War in Afghanistan. Air and Space Power Journal 1986 March-April.2: 1-8.
- The Soviet experience in Afghanistan: lessons to be learned?. Australian Journal of International Affairs, 64(5), 495-509. doi:10.1080/10357718.2010.513366 Hyder, J.A. (2004).
- *Cold War (1972–1989): the Collapse of the Soviet Union.* In K. Lee Lerner & Brenda Wilmoth Lerner (Eds.),
- *Encyclopedia of Espionage, Intelligence, and Security* (Vol. 1, pp. 238-241). Detroit: Gale. Minkov, A., & Smolynec, G. (2010).
- 4-D Soviet Style: Defense, Development, Diplomacy, and Disengagement in Afghanistan during the Soviet Period. Part III: Economic Development. *Journal Of Slavic Military Studies,* 23(4), 597-616. Prakash, A., & Reuveny, R. (1999)
- Sayed Khatab, *The Political Thought of Sayyid Qutb: The Theory of Jahiliyyah,* Routledge (2006), p. 161
- Maududi, Sayyid Abdul al'al (1960). *Political Theory of Islam* (1993 ed.). Lahore, Pakistan: Islamic Publications. p. 27
- Maududi, S. Abul A'al (n.d.). Ahmad, K. (ed.). *Economic System of Islam.* Translated by Husain, R. Lahore: Islamic Publications. Retrieved 1 March 2018.
- Nasr, Seyyed Vali Reza (1996). *Mawdudi and the Making of Islamic Revivalism.* Oxford University Press. ISBN 978-0-19-535711-0.
- Maududi, Maulana (1960). *First Principles of the Islamic State.* Lahore, Pakistan: Islamic Publications. p. 26
- Mawdudi, Sayyid Abu'l-A'la, *Islamic Law and Constitution,* (Karachi, 1955), p. 48
- Maududi, *Towards Understanding Islam* pp. 4, 11–12, 18–19,
- Maududi, *Let Us Be Muslims,* pp. 53–55
- Sayyid Abu'l-A'la Maududi, *A Short History of the Revivalist Movement in Islam,* reprint (Lahore: Islamic Publications, 1963), p. iii
- Maududi, *Purdah and the Status of Woman in Islam,* (Lahore, 1979), p. 20

- Blum William, *Killing Hope: Us Military and CIA Interventions Since World War II,* (1995) page 88,89)
- Butt, Khalid Manzoor and Azhar Javed Siddqi. "Pakistan-Afghanistan Relations from 1978 to 2001: An Analysis". *South Asian Studies* 31, no. 2, (2016): 723-744.
- Coll, Steve. *Ghost Wars: The Secret History of the CIA, Afghanistan and Bin Laden,* From the Soviet Invasion to September 10 2001. London: Penguin Books, 2005. Compartim, Programa. Conflict Mapping: Theory and Methodology, Practical Application in Juvenile Justice. Department of Justicia, 2014.
- Dixit, Aabha. "The Afghan Civil War: Emergence of the Taliban as Power Broker". South Asian Survey 2, no. 1, (1995): 111-118.
- Gall, Carlotta. *The Wrong Enemy: America in Afghanistan 2001-2014.* New York: Houghton Mifflin Harcourt, 2014.
- Hilali, A. Z. *US Pakistan Relationship: Soviet Invasion of Afghanistan.* Great Britain: Ashgate Publishing Limited, 2005.
- Huria, Sonali. "Failed States and Foreign Military Intervention: The Afghanistan Imbroglio," IPCS Special Report, no. 67 (2009).
- Katzman, Kenneth. "Afghanistan: Post-War Governance, Security, and U.S. Policy". CRS Report for US Congress, 2004. Khalilzad, Zalmay. "Afghanistan in 1994: Civil War and Disintegration". Asian Survey 35, no. 2, (1995): 147-152.
- Khalilzad, Zalmay. "Afghanistan in 1995: Civil War and a Mini-Great Game". Asian Survey 36, no. 2, (1996): 190-195.
- Maass, Citha D. "The Afghanistan Conflict: External Involvement". Central Asian Survey 18, no. 1 (1999): 65-78.
- Wildman, David and Phyllis Bennis. "The War in Afghanistan Goes Global". Critical Asian Studies 42, no. 3 (2010): 469-480.

Interviews (Tv/Newpaper, TED)

- Gulbuddin Hekmatyar, founder, Hezb-e Islami, Afghan political (1975–2016) party and former militia (1975–2016), ArianaNews, Afghanistan News - 07.03.2021, TOLOnews Afghanistan – 14.09.2019
- Ali A. Olomi, a historian of the Middle East and Islam, dailyshabab news,18/08/2021
- Burhanuddin Rabbani (President of Afghanistan from 1992 to 2001) the diplomat, Afghanistan's 'China Card' Approach to Pakistan, Part 1: 1991-2014 – 11.04.2019
- Ashraf Ghani (President of Afghanistan between September 2014 and August 2021) - Exclusive interview of President Ashraf Ghani with Al-Arabiya, Sep 5, 2019, NATO Engages: A Conversation with H.E. Ashraf Ghani, President, Islamic Republic of Afghanistan - Jul 18, 2018
- Fawzia Koofi, Afghan MP and Peace negotiator, Without women's rights in Afghanistan, democracy will never be complete, Sep 4, 2020/ wion, Mar 7, 2021

Sisters from,

- Afghan Women's Network, a non-profit network of women's organizations in Afghanistan.
- Afghanistan Justice Project.
- Sangat Network, Sangat is a feminist network working for gender justice, equality, and peace regionally and globally.
- Nargis Husseini, Student in Turkey from Afghanistan
- Palwasha Ikram, Pakistan

பின்குறிப்பு

ஆகஸ்ட் 15, 2021இல் ஆப்கானிஸ்தான் தலைநகர் காபூலைக் கைப்பற்றி முழு ஆப்கானிஸ்தான் நாட்டையும் தாலிபான்கள் கையகப்படுத்திய செய்தி ஊடகங்களின் கவனத்தை முழுவதுமாக எடுத்துக்கொண்டபோது நான் இஸ்தான்புல் நகரில் வசித்துக்கொண்டிருந்தேன். கிட்டத்தட்ட 43 ஆண்டுகால மூர்க்கத்தனமான தொடர்ச்சியான போருக்கு முற்றுப் புள்ளியாகவும் ஆப்கானியர்கள் வாழ்நாளில் கண்டிராத பேரழிவு தரும் மனிதாபிமான சவால்களின் புதிய திறப்புமான இந்த அரசியல் நிகழ்ச்சியின் வியத்தகு மாற்றங்களைப் பொதுவான பலரைப் போலவே அவதானித்துக்கொண்டிருந்தேன்.

காபூல் நகரில் வசிக்கும் எனது தோழிகள் இருவரின் தொடர்பு திடீரெனக் கிடைக்காதுபோனதும் அவர்கள் என்ன ஆனார்கள் என்ற பதட்டம் தொந்தரவு செய்துகொண்டிருந்த ஒரு நள்ளிரவில், ‘அர்ஜன்ட்’ என்ற டைட்டிலில் ‘ஆப்கானிஸ்தான் பெண்களின் துயரத்தை எழுத இவை பயன்படட்டும்’ என்ற குறிப்புடன் வந்த மின்னஞ்சல் இணைப்புகளைப் பதிவிறக்கவே பல மணி நேரங்களானது. தோழியின் பெயரை அவர் கேட்டுக்கொண்டிருந்தபடியால் அறிந்தே தவிர்க்கிறேன். மனிதாபிமான அமைப்பொன்றில் சட்ட ஆலோசகராகப் பணியாற்றிய சமூகச் செயற்பாட்டாளர் அவர். தாலிபான்கள், காபூலைக் கைப்பற்றிய அதே நாள் தனது கணினியில் இருந்த முழுத் தகவல்களையும் அழித்துவிடுவதற்கு முன்பாக என்னை வந்தடைந்த மின்னஞ்சல் ஆப்கானிஸ்தானின் வரலாற்றைத் தாங்கியிருக்கவில்லை. என் பார்வையில் அது ஆப்கானிஸ்தானின் எதிர்காலத்தைத் தாங்கியிருந்தது. பெண்களுக்கு எதிரான வன்முறைகள், ஆசிட் தாக்குதலுக்குள்ளான பெண்கள், பாலியல் துஷ்பிரயோகங்கள், கௌரவக் கொலைகள், ஒழுக்கத்தை, விதிகளை மீறினாள் என்ற காரணத்திற்காகத் தண்டனையளிக்கப்பட்ட துன்புறுத்தலுக்குள்ளான பெண்களின் சம்பவக் கற்கைகள் ஒவ்வொன்றையும் படிக்கப் படிக்க ஆப்கானிஸ்தான் பெண்களின் எதிர்காலத்தைப் போர்த்தப்போகும் தடித்த கரிய போர்வை நெஞ்சை அழுத்தியது. பெண்களின் ஓலம் என் காதுகளை

கண்களை இதயத்தைப் பிளந்து என்னையே துண்டு துண்டாக உடையச் செய்தது.

இந்த நாள்களில் ஆப்கானிஸ்தானின் விடுதலையைக் கொண்டாடுவோரினதும் தாலிபான்களின் வெற்றியைப் போற்றுவோரினதும் கூக்குரல்களும் ஆங்காங்கே ஒலித்துக் கொண்டிருந்தன. இந்தியாவிலும் இலங்கையிலும் வஹாபிகள் மட்டுமல்லாமல், இடதுசாரித் தோழர்கள் சிலரும் ஆப்கானிஸ்தான் விடுதலையடைந்துவிட்டதாகக் கூவினார்கள். முன் எப்போதையும் விட நிச்சயமற்றதாகியிருக்கும் ஆப்கானிஸ்தான் மக்களின் எதிர்காலம் குறித்த தர்க்கங்களை நிகழ்த்த முடியாத ஒரு சூழல் பொதுத்தளத்தில் உருவானது. கம்யூனிச ஆதரவு, அமெரிக்கா ஏகாதிபத்திய எதிர்ப்பு போன்ற ஒற்றைப்படை அரசியல் பார்வைகள் சமூக வலைத்தளங்கள் எங்கினும் வியாபித்தது. ஆப்கானிஸ்தான் விடுதலையடைந்துவிட்டதாகப் பொய்யாகப் பொதுச் சமூகத்தை நம்பச் செய்துகொண்டிருந்த வஹாபிகளினதும், குறுகிய அரசியல் பார்வை கொண்டவர்களினதும் முகங்களில் அறைய வேண்டும்போல் இருந்தது. ஆப்கானிஸ்தானின் குறுக்குவெட்டு அரசியல் முகத்தைத் தெளிவுபடுத்துவதால் இதைச் செய்யலாமென்று உறுதியாகத் துணிவதற்குப் பல சாதகமான வாய்ப்புகளும் அமைந்திருந்தன.

'இஸ்தான்புல் நகரில் வாழும் வெளிநாட்டுப் பெண்கள்' குழுவில் நான் அப்போது இணை நிறுவனராகவும், அங்கத்தவராகவும் இருந்தேன். அதனில் ஆப்கானிஸ்தான், பாகிஸ்தான் நாட்டுப் பெண்கள் பலரும் அங்கத்தவர்களாக இருந்தனர். அவர்கள் பலர் ஆப்கானிஸ்தானிலிருந்து தப்பிவந்து அரசியல் தஞ்சம் கோரி இஸ்தான்புல் நகரில் அடைக்களமாகியிருந்த புத்திஜீவிகள், அறிஞர்கள், சட்டத்தரணிகள், செயற்பாட்டாளர்களுடன் தொடர்பிலிருந்தனர். இந்தத் தொடர்புகள் வழியாகப் பல நிகழ்கால நடப்புகளை உடனுக்குடனும் கடந்த கால நிகழ்ச்சிகளை நேரடியாகக் கேட்டறியவும் வாய்ப்புக் கிடைத்தது.

இஸ்தான்புல் நகரில் இருந்த நூலகங்கள் இன்னொரு காரணம். இந்த ஆய்வுத் தொடரின் பெரும்பகுதியை Nevmekân Sahil நூலகத்திலேயே எழுதினேன். இஸ்தான்புல் நகரில் ஒழித்துவைக்கப்பட்ட ரத்தினமாகத் திகழும் Nevmekân Sahil ஆசியப் பகுதியில் உஸ்குதார் மாவட்டத்தில் அமைந்துள்ளது. ஆசியாவையும் ஐரோப்பாவையும் இணைக்கும் கடல் அலைகளின் பொங்கும் நுரைகளை

வெறித்தபடி ஊன் உறக்கத்தையும் வாழ்வின் அத்தனை இன்பக் கணங்களையும் மறந்திருந்த அந்த நாள்களில் துருக்கியத் தேநீரும் வாசிப்பும் எழுத்தும் என் நாள்களை முடிவற்றதாக மாற்றியிருந்த அந்தப் பொழுதுகளில்தான் சூழ்ச்சிகளின் நிலம் - தி கிரேட் கேம் என்ற தலைப்பில் இந்தத் தொடரை எழுத ஆரம்பித்தேன். ஆகஸ்ட் 18, 2021 முதல் செப்டம்பர் 6, 2021 வரையில் அதாவது ஆகஸ்ட் 15, 2021இல் ஆப்கானிஸ்தான் தலைநகர் காபூலைக் கைப்பற்றிய நிகழ்வைத் தொடர்ந்து அடுத்தடுத்த நாள்களில் நாள்தோறும் ஒவ்வொரு பகுதியாக எழுத எழுத ஹேர் ஸ்டோரிஸ் இணையத்தளம் உடனுக்குடன் பதிவேற்றி வெளியிட்டது.

இதுவொரு முழுமையான ஆய்வு என்று குறிப்பிட முடியாதெனினும், மிக முக்கியமான அரசியல் நிகழ்ச்சிகள் யாவற்றையும் முடிந்த மட்டும் உள்ளடக்க முயன்றுள்ளேன்.

சோவியத் படைகளைக் கொண்டு ஒரு கம்யூனிச ஆட்சியை நிறுவ ரஷ்யா முயன்றபோது அதனை எதிர்த்துப் போராடி வெளியேற்றி இஸ்லாமிய ஆட்சியை நிறுவ வேண்டும் என்பதில் பெருமளவு ஆப்கானிஸ்தர்கள் ஒன்றுபட்டிருந்தார்கள். அவர்களுக்குள் என்ன மாதிரியான வேறுபாடுகள், பிளவுகள், பிரிவினைகள், போட்டிகள், முரண்பாடுகள் இருந்தன என்பதை முழுமையான வரலாறாக இல்லை என்றாலும் விளங்கிக் கொள்ளத்தக்க காரணிகளில் இந்த ஆய்வு கவனிப்பைச் செலுத்தியுள்ளது. ஆப்கானிஸ்தானியர்களிடமிருந்த பிளவே அந்நாட்டைச் சூழ்ச்சிகளின் வலையில் வீழ்த்தியது.

முக்கோணப் போரில் அமெரிக்காவின் வலதுசாரி அரசியல் முகம் தெரியாமல் ஏமாந்துபோகக் கூடிய முட்டாள் ஜிஹாதுகள் அல்ல ஆப்கானிஸ்தானில் போராடிய முஜாஹிதீன்கள். கற்ற சமூகத்தைப் பிரதிநிதித்துவப்படுத்தித் தெளிவான நோக்கத்துடன் அவர்கள் எதிர்ப்பைக் கட்டமைத்தார்கள். அவர்களுக்கு ஒரு விருப்பம் இருந்தது. ஒரு தெளிவான நோக்கம் இருந்தது. அது சரியா, தவறா என்ற விவாதங்களையோ எனது சொந்த அபிப்பிராயங்களையோ திணிப்பதற்கில்லாமல் நிகழ்வுகளின் பின்புலங்களில் கவனம் செலுத்தியிருக்கிறேன். இந்த ஜிஹாதிகள் அமெரிக்காவினதும் வேறு சில நாடுகளினதும் ஆயுத, பண உதவிகளால் செறிவூட்டப்பட்டார்கள். ஆனால் அவர்களின் கொள்கை சித்தாந்தங்களுக்கு அவர்களே பொறுப்பாளிகள். அது அவர்களின் இறைவிசுவாசத்துடன் தொடர்புபட்டிருந்தது.

இஸ்லாமிய அரசை வலியுறுத்திப் போராடிய சில முன்னோடிகளையும் அவர்கள் கொண்டிருக்கிறார்கள். பின்நவீன கால இஸ்லாமிய அறிஞர்கள் பலர் மிகவும் முன்னேற்றகரமாகச் சிந்தித்து, இஸ்லாமியச் சமுதாயத்தைப் பரந்த உலகுடன் இணைக்கும்படியான விளக்கங்களையும் முன்மொழிவுகளையும் முன்வைத்துள்ளார்கள் எனினும், ஜிஹாதிகள் அவர்களது முன்னோடிகளையே விசுவாசிக்கிறார்கள்.

இங்கே கம்யூனிசம் பற்றிய என் சொந்த அபிப்பிராயங்களுக்கு இடமளிக்கவில்லை. ரஷ்யா ஆப்கானிஸ்தானில் எதைச் செய்தது என்பதையும் ஏன் மக்கள் கம்யூனிச ஆட்சியை எதிர்த்தார்கள், விரும்பமுடியாமல் திரண்டெழுந்தார்கள் என்பதையும் ரத்தமும் சதையுமாக வெளிப்படுத்தியிருக்கிறேன்.

‘இஸ்லாமியக் குடியரசு’ என்கிற தூர இலக்கை வரிந்துகொண்டு மதச்சார்பற்ற அரசாங்கத்தை எதிர்த்துத் தெளிவான முன்னோடிகளின் வழிகாட்டலில் ஜிஹாத் செய்வதை மதக் கடமையாகச் சபதம் எடுத்துக்கொண்ட ஒரு முஜாஹிதீன் பார்வையில் அமெரிக்கா, ரஷ்யா இரண்டும் ஒன்றேதான்! வெளிப்புறப் பார்வையாளர்கள் ஏகாதிபத்தியம், கம்யூனிசம் என்று சொல்லுவதெல்லாம் முஜாஹிதீன்களின் இலக்கிற்கு முன்னால் பொருளற்ற தத்துவங்கள்.

ஆப்கானிஸ்தான் அரசியல் வரலாற்றின் காலனியாதிக்கத்திற்குப் பிந்தைய முதல் பாகத்தில் அமெரிக்காவுக்கும், ஆப்கானிஸ்தானியர்களுக்கும் ரஷ்யா பொது எதிரி. இரண்டாம் பாகத்தில் ரஷ்யாவும் அமெரிக்காவும் ஆப்கானிஸ்தானியர்களின் எதிரிகள்.

பல தேசிய அரசுகளும் சக்திகளும் தங்கள் சொந்தத் தேசிய நலன்களுக்காக வெற்றிகரமாகச் சுரண்டி விளையாடிய ஒரு நாடாகவும், ஒவ்வொரு வெளிச் சக்திகளும் ஆப்கானிஸ்தான் உள்நாட்டுச் சக்திகளைத் தங்கள் விருப்பத்திற்கு ஏற்பச் சுரண்டியதன் விளைவாகவும் ஆப்கானிஸ்தான் இன்றைக்குள்ள நிலையை அடைந்துள்ளது.

இந்தத் தொடர் ஹேர்ஸ்டோரிஸ் இணையத்தளத்தில் வெளியானபோதே வாசகர்களின் பரந்த கவனிப்பைப் பெற்றது. அப்போதே தோழர் அனுஷ், இந்தத் தொடரை எதிர்வெளியீடு பதிப்பகம் தொகுப்பாக வெளியிட விரும்புவதாகத்

தெரிவித்திருந்தார். அமெரிக்காவுக்குப் புலம்பெயர்ந்தது, புதிய பணி, வேலைச்சுமைகளுடன் எனது தகப்பனாரின் திடீர் மரணம், என்னைத் தாக்கிய கென்சர் நோய் போன்ற பல நிகழ்ச்சிகளும் முழு சக்தியுடன் எழுத்துப் பணிகளில் கவனத்தைச் செலுத்தமுடியாமல் பின்னே இழுத்துப் பிடித்திருந்தன. வெறும் பதினெட்டு நாள்களுக்குள் எழுதிமுடிக்கப்பட்ட இந்தத் தொடர், மீளவும் வாசித்துத் திருத்தங்கள் செய்து தொகுப்பாகக் கொண்டுவர இரண்டு ஆண்டுகளை எடுத்துக்கொண்டுவிட்டது.

ஒரு வரலாற்றுத் தொடரைப் பதினெட்டு நாள்களில் எழுதினேன் எனில், அது அந்த நாட்டுப் பெண்களின் மீதும் அங்கு வாழும் மக்களின் மீதுமான ஆத்மார்த்த அன்பினால் நிகழ்ந்த ஓர் அசாத்திய நிகழ்ச்சியே. 'இஸ்தான்புல் நகரில் வாழும் வெளிநாட்டுப் பெண்கள் குழுவில்' அங்கத்தவராக இருந்த ஆப்கானிஸ்தான், பாகிஸ்தான் தோழிகளின் ஒத்துழைப்பில்லாமல் இது சாத்தியமாகியிருக்கவே முடியாது. உள்நாட்டுப் பத்திரிகைச் செய்திகள், அரசாங்க அறிவித்தல்கள், துண்டுப் பிரசுரங்கள், அறிக்கைகள், நேர்காணல்களைச் சேகரித்துத் தந்ததுடன் மொழிபெயர்ப்பு உதவிகளையும் செய்து உதவிய ஆப்கானிஸ்தானிலிருந்து வந்து அகதியாக இஸ்தான்புல் பல்கலைக்கழகத்தில் மானிடவியல் கற்கும் மாணவி நர்கிஸ் ஹுசைனியின் இரவு பகல் பாரா உழைப்புக்கு 'நன்றி' என்பது குறைவான சொல்.

ஹேர்ஸ்டோரிஸ் இணையத்தளத்தில் நாள்தோறும் இந்தத் தொடரை வெளியிட்ட தோழர் வள்ளிதாசன், இந்தத் தொடர் வெளியானபோதே வாசித்து கருத்துகளை உடனுக்குடன் பகிர்ந்து கொண்ட கிழக்கு பதிப்பகத்தின் ஆசிரியர், வரலாறு, அரசியல் துறைகளில் முக்கிய நூல்களை எழுதியவருமான தோழர் மருதன் இருவருக்கும் எனது பேரன்புடனான நன்றிகள்.

ஸர்மிளா ஸெய்யித்
ஜூன் 16 2023